छोट्या-छोट्या गोष्टींचे टेंशन कशाला?

त्याच्याशी संबंधित गोष्टींची चिंता करू नका

अनुवाद : पराग पोतदार

छोट्या छोट्या गोष्टींचे टेन्शन कशाला?

त्याच्याशी संबंधित गोष्टींची चिंता करू नका

प्रकाशक : वॉव पब्लिशिंग्ज् प्रा. लि. पुणे

मुद्रक : ट्रिनिटी अकादमी, फॉर कॉर्पोरेट ट्रेनिंग लि., पुणे

प्रथम आवृत्ती : फेब्रुवारी 2023,

पुनर्मुद्रण : एप्रिल 2025

अनुवादक : **पराग पोतदार**

ISBN : 978-93-90607-53-2

'Don't Sweat the Small Stuff ' या मूळ इंग्रजी पुस्तकाचा मराठी अनुवाद

Chhotya Chhotya Goshtinche Tension Kashala?
by Richard Carlson

मी हे पुस्तक माझ्या मुली
जेजी आणि किना यांना समर्पित करतो.
छोट्या छोट्या गोष्टींचा विचार करून
चिंतित न होणे किती महत्त्वाचे आहे,
याची जाणीव मला त्या दररोज करून देतात.
मी तुमच्यावर खूप प्रेम करतो.
तुम्ही दोघी जशा आहात तशा असण्यासाठी
खूप खूप धन्यवाद!

'डोंट स्वेट द स्मॉल स्टफ'साठी प्रशंसोद्‌गार

रिचर्ड कार्लसन यांचे पुस्तक येऊन आता दोन दशके उलटून गेली आहेत, परंतु जीवनाचा अर्थ उलगडून सांगण्याबाबतची त्यांची अंतर्दृष्टी अद्वितीय अशी आहे. हे पुस्तक आपल्या वर्तमानावर लक्ष केंद्रित करायला आणि समाधानाने जगत राहण्याचे संतुलन कसे साधायचे, हे शिकवते.

– दीपक चोपडा

'डोंट स्वेट द स्मॉल स्टफ'मध्ये आपल्या व्यक्तिगत आणि सामूहिक जीवनाला बदलण्याची क्षमता आहे. डॉ. रिचर्ड कार्लसन आणि त्यांची प्रिय पत्नी मिसेस क्रिस्टिन कार्लसन यांच्या विवेक आणि करुणेबद्दल मी आभारी आहे. तुमच्यामुळे लाखो वाचकांना जीवनात बदल घडवणाऱ्या अभ्यासाची आणि दृष्टिकोनाची ओळख झाली.

– शउना शपीरो, द आर्ट अँड सायन्स ऑफ माइंडफुलनेसचे लेखक

रिचर्ड कार्लसन हे आपल्या 'डोंट स्वेट द स्मॉल स्टफ' या श्रेणीतील पुस्तकांच्या माध्यमातून आपल्या विचारांमध्ये क्रांती निर्माण करण्यात यशस्वी झालेले आहेत. ते लपलेल्या स्वरूपातील एक जैन साधक होते. त्यांनी संस्कृतीच्या रूपांतरणात एक प्रभावशाली भूमिका निभावलेली आहे.

– मॅरियन विलियमसन

'अ रिटर्न टू लव' न्यू यॉर्क टाईम्स बेस्टसेलिंगच्या लेखिका

अनुक्रमणिका

प्रस्तावना : रॉबिन शर्मा

रिचर्ड कार्लसन हे एक महान व्यक्तिमत्त्व होते. त्यांची पुस्तके लोकांना आजतागायत प्रेरणा देत आहेत. रिचर्ड हे अत्यंत प्रामाणिक, सर्जनशील आणि मानवतेने ओतप्रोत भरलेल्या अशा लेखकांपैकी एक आहेत.

आपण सारेच अत्यंत अस्थिर अशा वातावरणात जगत आहोत. शिक्षणापेक्षा मनोरंजन अधिक आकर्षक वाटू लागले आहे. व्यक्तिगत विकासापेक्षाही वैयक्तिक लाभ अधिक महत्त्वाचा मानला जातो आहे. 'सेल्फलेस' असणे हे सेल्फी काढण्याच्या तुलनेत कमी सेक्सी मानले जाते. समाज आपल्या मूळ मार्गापासून दिवसेंदिवस दूर जातो आहे, असे आपल्यातील अनेकांना वाटते.

अशा परिस्थितीत 'डोंट स्वेट द स्मॉल स्टफ'सारख्या पुस्तकांची गरज अधिकच असल्याचे सत्य अधोरेखित होते.

हे छोटेखानी पुस्तक २० वर्षांपूर्वी प्रसिद्ध झालेले होते. जीवनातील सौंदर्याचा पुरेपूर आनंद घेण्यासाठी आपल्यातील सर्वोत्तमाचा शोध ज्या विवेकातून प्राप्त होतो, त्याची आठवण आपल्याला या पुस्तकाच्या निमित्ताने होत राहते.

एका भव्य सभेमध्ये माझी रिचर्ड यांच्याशी पहिली भेट झाली. ते एक लोकप्रिय लेखक आणि वक्ता म्हणून ख्यात होते. मी पेशाने वकील होतो, परंतु माझे ते करियर सोडून मी त्या काळात व्यक्तिगत विकास आणि जीवनकौशल्याच्या क्षेत्रात नुकतेच कुठे पाऊल ठेवले होते. दोघेही अंतर्मुख होतो आणि व्हीआयपी 'मीट आणि ग्रीट'चा भाग होण्याची वेळ आपल्यावर येऊ नये, असे दोघांनाही वाटत होते. परंतु आम्ही ते केले आणि त्या सत्रानंतर आम्ही आपल्याला मिळालेली असुविधा आणि एकांत प्रेम याविषयी एकमेकांशी मनसोक्त गप्पा मारल्या आणि आम्ही अगदी खळखळून हसलो. आमची ती पहिली भेटच आमच्या मैत्रीचा पाया ठरली. आम्ही दोघेही महाद्वीपांच्या दोन टोकांना राहत होतो, त्यामुळे इच्छा असूनही रिचर्डला वेळोवेळी भेटता येत नसे. अर्थात दूरध्वनी आणि डिजिटल संपर्काच्या माध्यमातून आम्ही एकमेकांना चांगले ओळखू लागलो होतो. त्यांच्यातील सखोल चिंतन,

हास्यबोध, कुटुंबाच्या प्रति असणारी त्यांची निष्ठा आणि हे जग आपल्या परीने अधिक सुंदर करण्याचा त्यांचा संकल्प मला जवळून समजून घेता आला.

ईश्वराने त्यांना आपल्यातून खूप लवकर नेले, परंतु ही अनपेक्षित वळणे आपल्याला कधीही समजू शकत नाहीत. एका अत्यंत विवेकी आणि स्नेहल व्यक्तिमत्त्वाने या पुस्तकाचे लेखन केले असून ते आपण वाचत आहात याचे स्मरण सातत्याने असू द्यावे.

या पुस्तकातील शब्द आपल्याला प्रभावित करतील, प्रेरणा देतील आणि उन्नतही करतील हे मी जाणतो. इतर अनेक देशांतील वाचकांचा त्यांच्याबाबतीत हाच अनुभव आहे. एका संपन्न आणि प्रभावशाली अशा जीवनाच्या जोडीला सर्वांनाच अधिक प्रसन्न, साहसी आणि दयाळू बनण्याची आंतरिक इच्छा असते.

एकूण वैश्विक अनिश्चिततेच्या या दोलायमान काळात या पुस्तकाची नवी आवृत्ती रिचर्ड यांनाही प्रसन्न करून जाईल, असे मला वाटते. आजही ते मानवतेच्या कामामध्ये सेवा करीत आहेत, हे जाणून त्यांनाही निश्चितपणाने आनंद होईल.

त्यांचे योगदान आणि या नव्या आवृत्तीचे प्रकाशन याचा मला विशेष आनंद आहे आणि त्यासाठी मी माझ्याकडून मनःपूर्वक शुभेच्छा देतो.

आपले विशेष अभिनंदन, कारण तुम्ही हे पुस्तक वाचण्याचा निर्णय घेतलेला आहे.

प्रेम आणि आदरपूर्वक

रॉबिन शर्मा

'द मॉंक हू सोल्ड हिज फरारी' आणि 'द लीडर हू हॅड नो टायटल'
या पुस्तकांचे लेखक.

भूमिका : क्रिस्टीन कार्लसन

'डोंट स्वेट द स्मॉल स्टफ' या पुस्तकाला वीस वर्षे पूर्ण होत असताना इतकी सुंदर प्रस्तावना लिहिण्यासाठी रॉबिन शर्मा यांचे खूप खूप धन्यवाद.

माझे पती स्व. डॉ. रिचर्ड कार्लसन यांच्याविषयी मला काही सांगण्याची संधी प्राप्त होते आहे ही माझ्यासाठी खूपच सौभाग्याची आणि आदराची गोष्ट आहे. आपले मानसिक स्वास्थ, कल्याण आणि आपल्या जीवनातील अध्यायांविषयीचे सखोल चिंतन यातून त्यांना जे गवसले, ते त्यांनी या पुस्तकातून मांडले आहे. सखोल विचारांना सोप्या शब्दांत मांडण्याची हातोटी त्यांच्याकडे होती. ते शब्द अतिशय शक्तिशाली सत्याच्या रूपाने लोकांपर्यंत पोहोचत असत, मग ते कोणतीही भाषा, संस्कृती, धर्म, राजनीती किंवा लिंग असेही असेनात का!..

जीवनात अनेकदा छोट्या छोट्या गोष्टी त्रासाचे आणि तणावाचे कारण बनतात आणि अशा परिस्थितीत मदतीसाठी कुणाकडे जावे, हेच लोकांना समजत नाही.

हे पुस्तक ज्यांनी वाचले आहे, अशा अनेक वाचकांची पत्रे आणि त्यामध्ये अनेकांनी एकच गोष्ट सांगितलेली असते, ती म्हणजे, माझ्या कष्टाच्या काळात हे पुस्तक माझ्या मदतीसाठी धावून आले. हे पुस्तक माझ्यासाठी बायबलसारखे आहे. मी हे कितीतरी वेळा पुन्हापुन्हा वाचले आहे. प्रत्येक वेळी माझे मन शांत होण्यासाठी या पुस्तकाने मला मदत केली आहे. ओपरा यांनी या पुस्तकाविषयी एकदा सांगितले होते, ''हे पुस्तक झोपताना कायम आपल्या उशाशी असायला हवे.'' किंवा 'छोटी प्रकरणे असणारे हे पुस्तक अगदी बाथरुममध्येसुद्धा वाचता येऊ शकते.' या शिवाय, कितीतरी लोकांनी सांगितले आहे की, त्यांना हे पुस्तक कायम स्वतःजवळ ठेवावेसे वाटते.

मला वाटतं की, रिचर्डच्या शब्दांनी लोकांच्या जीवनात सजगता आणण्याचे आणि त्यांच्या जीवनातील तणाव कमी करण्याचे खूप मोलाचे काम केले आहे. लोकांमध्ये आत्मविश्वास कसा निर्माण करायचा आणि त्यांच्या मानसिक

स्वास्थ्यासाठी कोणती साधने उपयुक्त ठरू शकतात, हे ते नेमकेपणाने जाणत होते. 'सकारात्मक मनोविज्ञान' ही संकल्पना अगदी अलीकडची. परंतु रिचर्ड यांनी त्यापूर्वीच आपल्या लेखनातून हे सारे मांडले होते. ते म्हणत असत, ''प्रत्येक व्यक्ती सतत प्रसन्न राहू शकत नाही, परंतु आपण जर नीट अभ्यास केला आणि विचारांमध्ये व वर्तनामध्ये छोटे छोटे बदल घडवले तर आपण आपली रुळावरून घसरलेली गाडी पुन्हा मार्गावर आणू शकतो.''

हे पुस्तक तुम्हाला अगदी सौम्यपणाने आपल्या स्वाभाविक मूल्यांकडे परत घेऊन जाईल. जेव्हा हे पुस्तक तुम्ही वाचाल, तेव्हा तुमच्या सहज स्वभावाची तुम्हाला आठवण येईल आणि स्नेह, करुणा आणि दयाळूपणा या गुणांच्या सोबतीने सजगतेने जगण्याचा अर्थ काय असतो, हे तुम्हाला हळूहळू उमगू लागेल.

जीवन एक अभ्यास आहे. एखाद्या बीजाला योग्य प्रमाणात ऊन आणि पाणी मिळाल्यानंतर ते जसे चांगल्या रीतीने विकसित होईल, तसाच तुमचा अभ्यास असेल. तो अधिक ताकदीने सर्वांच्या समोर येईल.

जीवनात खऱ्या अर्थाने प्रसन्नता प्राप्त करून जीवनाला अधिक सार्थक बनवण्यासाठी कोणत्या गोष्टी विकसित करणे आवश्यक असते आणि दुसऱ्यांवर सकारात्मक प्रभाव टाकण्यासाठी कोणत्या गोष्टी आपल्याला योग्य बनवतात, याविषयीचे एक उत्तम मार्गदर्शन हे पुस्तक निश्चित करेल.

मी व्यक्तिगत पातळीवर हे सांगू शकते की हे पुस्तक वाचल्यानंतर आणि त्यात दिलेल्या उपायांचा अवलंब केल्यानंतर प्रसन्नता, शांती आणि आनंद प्राप्त होतो. त्याच बरोबरीने छोट्या छोट्या गोष्टींची चिंता न करता आपण जीवनातील मोठ्या गोष्टींसोबत कसे जगू शकता, याची निवड करण्याचा विवेक आपल्याकडे निश्चित आलेला असेल.

माझे पती स्व. रिचर्ड कार्लसन यांचा हा वारसा पुढे घेऊन जाताना माझ्या मनात अभिमानाची भावना आहे. लाखो लोकांच्या जीवनात परिवर्तन घडवण्यात ज्या पुस्तकाने महत्त्वाची भूमिका बजावली आहे, ते लोकांसमोर नव्याने आणताना माझ्या मनात प्रसन्नता आहे. प्रत्येक पिढी उत्तम रीतीने जगावी यासाठी 'डोन्ट स्वेट द स्मॉल स्टफ'ची नितांत आवश्यकता आहे.

जीवन आणि प्रेमाचे उपहार सांभाळा.

क्रिस्टीन कार्लसन

परिचय

मनुष्य आपल्या वर्तनामध्ये बदल घडवून आपले जीवन बदलू शकतो हा माझ्या पिढीला लागलेला सर्वांत मोठा शोध आहे.

- विलियम जेम्स

कोणतीही वाईट बातमी, एखादी वाईट व्यक्ती किंवा एखाद्या निराशेला आपण सामोरे जातो, तेव्हा आपल्याला कोणताही लाभ होणार नाही असे गृहीत धरूनच त्यांना सामोरे जात असतो. गरजेपेक्षा अधिक प्रतिक्रिया देत आपण सुतावरून स्वर्ग गाठत जातो. त्यावर नको इतका विचार करत राहून जीवनातील नकारात्मक बाबींवर आपले लक्ष केंद्रित करतो. जेव्हा आपण या छोट्या छोट्या गोष्टींनी अस्वस्थ होतो, तेव्हा आपण तणावग्रस्त होतो आणि आपण चिडचिड करू लागतो. आवश्यकतेपेक्षा अधिक विचार केल्याने आपली मती कुंठीत होऊन जाते आणि आपल्याला जे हवे आहे ते प्राप्त करण्याच्या मार्गातला आपणच आपला अडथळा बनतो. मोठ्या चित्राकडे आपले दुर्लक्ष होते आणि नकारात्मकतेवर मन केंद्रित होते. आपल्याला जी माणसे कदाचित मदत करू शकली असती अशांनाही आपण त्रास देऊ लागतो. जणू एखाद्या संकटग्रस्त काळातून आपण चाललो आहोत अशा पद्धतीने आपण जीवन जगू लागतो. अनेकदा व्यस्त असतानाच आपण समस्या सोडवण्याचा प्रयत्न करत राहतो, परंतु वास्तवात आपण त्या समस्या कैक पटीने वाढवून ठेवत असतो. आपल्याला प्रत्येक संकट मोठे वाटते आणि आपण एकामागोमाग एक असेच गोंधळ घालत आपले पूर्ण जीवन व्यतीत करत राहतो.

काही काळानंतर तर आपल्याला प्रत्येक गोष्टच एक समस्या वाटू लागते. आपल्याला हे लक्षातच येत नाही की आपल्या समस्यांना आपण त्या किती वेगाने आणि प्रभावशीपणे सोडवतो आहोत याच्याशी जोडू लागलो आहोत. आपण हे लवकरच जाणाल अशी मी आशा करतो. जीवनातील समस्यांना जेव्हा आपण सहजतेने सामोरे जायला शिकतो, तेव्हा प्रत्येक समस्या ही छोटी वाटू लागते आणि

ती हाताळणेही सोपे होऊन जाते. त्यामुळे मग ताण देणाऱ्या मोठ्या समस्यांतून मार्ग काढणेही अधिक सोपे होते.

आपल्या जीवनाच्या संदर्भात प्रसन्न राहणे हासुद्धा एक चांगला उपाय आहे. हा सौम्य आणि सरळ मार्ग तुमच्या जीवनाला साधं-सोपं बनवतो आणि तुमच्या आसपासच्या लोकांना अनुकूल बनवतो. प्रतिक्रिया देण्याची जुनी सवय सोडून देऊन तुम्ही नव्या दृष्टिकोनाची नवी सवय अंगीकारू शकता. या नव्या सवयी आपल्या खूप संपन्न आणि संतुष्ट बनवतात हे मात्र नक्की!

माझ्या आयुष्यातील एक व्यक्तिगत गोष्ट मी आपल्याला सांगू इच्छितो. ही एक अशी घटना होती, जी माझ्या मनाला स्पर्शून गेली आणि त्यातून मला आयुष्यभरासाठीची एक शिकवणदेखील मिळाली. या पुस्तकातून जो अनिवार्य असा संदेश आपल्याला प्राप्त होतो, त्याकडेच ही गोष्ट निर्देश करते.

या गोष्टीतील प्रसंगांनीच या पुस्तकाच्या शीर्षकाचे बीज पेरले. तीच गोष्ट आता आपण वाचणार आहोत.

> साधारण वर्षभरापूर्वी एका परदेशी प्रकाशकाने माझ्याशी संपर्क साधला आणि माझे 'यु कॅन फिल गुड अगेन' या पुस्तकाच्या विदेशी संस्करणासाठी बेस्टसेलर लेखक डॉ. वेन डायर यांचे अनुमोदन मिळवण्यासाठी मी प्रयत्न करावेत, असे त्यांनी मला सुचवले. मी त्यांना सांगितले की माझ्या यापूर्वीच्या पुस्तकासाठी डॉ. डायर यांनी हे काम केलेले असल्याने आता पुन्हा या पुस्तकासाठी ते होकार देतील की नाही, हे सांगता येणार नाही. परंतु तरीही मी एकदा प्रयत्न करून पाहीन असे मी त्यांना सांगितले.
>
> प्रकाशनविश्वातल्या नेहमीच्या पद्धतीनुसार मी माझ्या बाजूने त्यांना आग्रह केला, परंतु पलीकडून काहीही उत्तर आले नाही. काही काळ गेला आणि त्यानंतर मी अशा निर्णयाप्रत आलो की कदाचित डॉ. वेन डायर हे खूप व्यस्त असतील किंवा ते अनुमोदन देऊ इच्छित नसतील. त्यांच्या निर्णयाचा सन्मान करीत मी प्रकाशकाला कळवून टाकले की आपल्या पुस्तकाच्या प्रचारासाठी आपण त्यांच्या नावाचा वापर करू शकत नाही. माझ्या दृष्टीने ती गोष्ट तिथेच संपली होती.
>
> परंतु सहा महिन्यांनंतर जेव्हा मला माझ्या पुस्तकाच्या विदेशी

संस्करणाच्या प्रती मिळाल्या, तेव्हा पुस्तकाच्या कव्हरवर डॉ. वेन डायर यांचे अनुमोदन प्रसिद्ध करण्यात आल्याचे दिसून आले. माझ्या पूर्वीच्या पुस्तकासाठी डॉ. वेन डायर यांनी दिलेल्या ओळी नव्या पुस्तकात अशा रीतीने उद्धृत केलेल्या होत्या, जणू काही त्यांनी ते नव्या पुस्तकासाठी म्हटले असावे. त्यामुळे एकीकडे मी खूप संतापलो आणि दुसरीकडे चिंताही वाटली; कारण त्यातून चुकीचा संदेश जाऊ शकला असता. मी तातडीने माझ्या साहित्यिक एजंटला फोन केला. बाजारातून हे पुस्तक तातडीने मागे घ्यावे अशी मागणी त्याने प्रकाशकाकडे केली. याच दरम्यान, आपण डॉ. वेन डायर यांची माफी मागावी असा विचार मी केला आणि जी परिस्थिती होती ती त्यांना कथन केली व त्यात सुधारणा करण्याचा प्रयत्न केला जातो आहे, हेदेखील स्पष्ट केले. काही आठवडे मी त्यांच्या उत्तराची वाट पाहिली आणि त्यानंतर मला एक इ-मेल आला. त्यामध्ये लिहिले होते.

रिचर्ड,

पूर्णपणे सामंजस्याने राहण्याचे दोन नियम आहेत.

१) डोंट स्वेट द स्मॉल स्टफ

२) इट्स ऑल स्मॉल स्टफ

होय, फक्त एवढेच खरे आहे.

लव, वेन

फक्त एवढीच गोष्ट! ना कुठला उपदेश, ना कुठली धमकी! ना कुठलं वैर, ना कुठला वाद! मी त्यांच्या नावाचा अनुचित पद्धतीने वापर केला तरीदेखील किती विनयाने आणि आदरपूर्वक त्यांनी प्रतिक्रिया दिली. 'प्रवाहासोबत वाहत राहण्याची' भावना त्यांच्या प्रत्युत्तरातून अधोरेखित होत होती. आपण आपल्या जीवनातही सहज आणि सरळ जगण्यावर भर दिला पाहिजे, ही गोष्ट लक्षात येत होती.

दशकभरापेक्षा अधिक काळापासून ग्राहकांसमवेत काम करताना जीवनाबद्दल स्वीकृत भाव अंगीकारणे किती महत्त्वाचे आहे, हे मी शिकवत आलो आहे. आपण सगळे मिळून या सगळ्या समस्यांना सामोरे जाऊ शकतो. कामाशी संबंधित गोष्टी, नातेसंबंधांशी संबंधित बाबी, ताणतणाव, सवयी आणि दुःख या सगळ्याच

समस्यांना तोंड देता येऊ शकते.

या पुस्तकाच्या माध्यमातून मी आपल्याला काही खास कार्यशैली सांगणार आहे. काही अशी कामे जी आपण आजपासूनच सुरू करू शकता. ज्या कार्यशैलींबाबत आपण वाचणार आहात, त्या माझ्या ग्राहकांच्या बाबतीत सिद्ध झालेल्या आहेत आणि माझे अनेक विद्यार्थी अनेक वर्षांपासून त्याचा वापर करीत आलेले आहेत. त्यातून जीवनाप्रति असणारा माझा दृष्टिकोन लक्षात येईल- कमीत कमी विरोध करण्याचा मार्ग. त्यातली प्रत्येक पद्धत शक्तिशाली आहे आणि विश्रांतिभावाने जगण्याची दृष्टी त्यातून तुम्हाला नक्की मिळेल. तुम्हाला वाटेल की, केवळ एखाद्या प्रसंगापुरते नाही तर जीवनातील अनेक अवघड समस्यांची सोडवणूक करतानासुद्धा त्यांचा निश्चितपणे उपयोग होऊ शकतो.

जेव्हा आपण छोट्या गोष्टींची चिंता करत नाही, तेव्हा आपले जीवन संपूर्ण होऊन जाईल असे नाही परंतु, जीवनातील प्रत्येक गोष्टीला कमीत कमी प्रतिरोध करून त्याचा स्वीकार करणे मात्र तुम्ही नक्की शिकाल. आपले जीवन सहज भावाने प्रवाहित होऊ शकेल. आपल्या जीवनाला आपण आपल्या इच्छेनुसार आकार देऊ शकाल.

''ज्या गोष्टी बदलू शकता त्या जरूर बदला. ज्या बदलू शकत नाही, त्यांचा स्वीकार करा आणि या दोन्हीच्या मध्ये फरक करण्याचा विवेक प्राप्त करा.''

मला पूर्ण विश्वास आहे की जर आपण ज्या उपायांवर लक्ष केंद्रित केले तर सामंजस्य प्राप्त करण्याचे दोन्ही नियम आपल्याला मिळतील. १) डोंट स्वेट द स्मॉल स्टफ २) इट्स ऑल स्मॉल स्टफ.

जेव्हा आपण या गोष्टी आपल्या जीवनात प्रत्यक्षात उतरवाल, तेव्हा स्वतःचेच एक शांत आणि स्नेहल रूप तुम्हाला गवसलेले असेल.

आभार

या पुस्तकाच्या निर्मितीमध्ये ज्यांचा ज्यांचा मला सहयोग मिळाला त्यांचे मी आभार मानतो. या पुस्तकासाठी उत्साह आणि प्रोत्साहन दिल्याबद्दल प्रेटी ब्रेटमान यांचे आभार आणि छोट्या गोष्टींची चिंता न करण्याच्या त्यांच्या संकल्पाविषयी आणि विवेकाविषयी मनःपूर्वक धन्यवाद. अंतर्दृष्टीपूर्ण संपादन कौशल्य आणि व्हिजन यासाठी लीजल वेल्स यांना धन्यवाद. आपल्या दोघांचे खूप खूप आभार.

१

छोट्या छोट्या गोष्टींची चिंता करणे सोडून द्या

आपल्या आजूबाजूला अशा अनेक गोष्टी असतात, ज्या आपल्याला खूप मोठ्या वाटत असतात; परंतु जवळून पाहिले तर त्या तितक्याशा मोठ्या नसतात. आपण छोट्या-छोट्या समस्या आणि त्रासाची इतकी चिंता करतो की प्रत्यक्षापेक्षा आपण त्यांना खूप मोठे करतो. उदाहरणादाखल सांगायचे झाले तर, खूप गडबडीच्या वेळी नेमका एक अनोळखी माणूस आपल्या रस्त्यातून आडवा जातो. सहजतेने पुढे जाण्याऐवजी आपली चिडचिड सुरू होते, आणि तेच योग्य आहे, असे आपण ठामपणे गृहीत धरतो. आपण आपल्या मनातच वादविवाद सुरू करतो. आपल्यातील अनेक लोक ही गोष्ट विसरून जाण्याऐवजी इतर व्यक्तींसमोर वारंवार त्याचे वर्णनसुद्धा करीत राहतात.

आपण व्यक्तीला त्याच्या परिस्थितीवर सोडून का देत नाही? त्या व्यक्तीसाठी आपल्या मनामध्ये करुणेचा भाव निर्माण करा आणि लक्षात ठेवा प्रतिक्रिया व्यक्त करण्याची इतकी घाई करणे अधिक कष्टदायक ठरू शकते. त्यामुळे आपल्या चांगुलपणाची भावना कायम राखून दुसऱ्यांच्या समस्या व्यक्तिगत पातळीवर घेणे सोडून द्यायला आपण शिकले पाहिजे.

दररोजच्या जीवनात अशा प्रकारच्या कितीतरी घटना घडू शकतात. कधी आपल्याला रांगेत उभे राहून वाट पाहावी लागू शकते, लायकी नसलेल्या लोकांकडून टीका ऐकावी लागू शकते किंवा कधी दुसऱ्यांच्या वाट्याचे काम करावे लागू शकते. जर आपण छोट्या छोट्या गोष्टींची चिंता करणे सोडून दिले, तर आपल्याला खूप लाभ होऊ शकतो.

लोक आयुष्यातल्या छोट्या छोट्या गोष्टींचा विचार करून आपली खूप मोठी ऊर्जा नष्ट करतात आणि जीवनातील खरे सौंदर्य आणि त्याच्या जादुई प्रभावापासून दूर जातात. जेव्हा तुम्ही हे लक्ष्य समोर ठेवून त्याच्या प्राप्तीसाठी प्रयत्न कराल, तेव्हा तुमच्याकडे दयाळूपणा आणि स्वभावातील सौम्यता प्राप्त करण्यासाठी खूप ऊर्जा प्राप्त होईल.

२

अपूर्णत्वाचा स्वीकार करा

आंतरिक शांतीने ओतप्रोत भरलेल्या अशा एकाही परिपूर्ण व्यक्तीला मी आजवर भेटलेलो नाही. परिपूर्णता प्राप्त करण्याची इच्छा आणि आंतरिक शांती प्राप्त करण्याची ओढ यांच्यामध्ये कायमच संघर्ष सुरू असतो. एखादी गोष्ट मिळवण्याची तुम्ही इच्छा बाळगता आणि ती प्रत्यक्षातील रूपापेक्षा वेगळी अपेक्षित असते तेव्हा लक्षात घ्या, तुम्ही लढाई हारलेले असता. आपल्याकडे जे आहे त्याबद्दल कृतज्ञता व्यक्त करून संतुष्ट राहण्याऐवजी आपण आपल्याकडे जे नाही किंवा ज्या गोष्टी आपल्या बाबतीत चुकीच्या झाल्या; त्या गोष्टींवर लक्ष केंद्रित करीत राहतो. माझ्यासोबत काय काय वाईट झाले असा विचार आपण जेव्हा आपण करीत राहतो, तेव्हा आपण अधिक असमाधानी बनतो.

भलेही त्या गोष्टींचा आपल्याशी संबंध असेल, परंतु एक विस्कटलेले कपाट, मोटारगाडीवर पडालेला एखादा ओरखडा, एखादी पूर्ण न झालेली गोष्ट किंवा खर्च करावी लागणारी काही रक्कम किंवा दुसऱ्या कुणाचे अपूर्णत्व ... कुणी आपल्या जीवनाकडे जसे पाहते, त्या जीवनाच्या बाबतीत ती जे काही वागते, किंवा आपले जीवन जगत राहते, त्या अपूर्णत्वाकडे आपले लक्ष केंद्रित केल्याने आपण आपल्या स्वभावातील सौम्यता आणि दयाळूपणा प्राप्त करण्याच्या आपल्या लक्ष्यापासून दूर जात राहतो. अर्थात याचा अर्थ असा अजिबातच नाही की अधिक चांगले बनण्याचा आपल्या बाजूने चालू असणारा तुम्ही प्रयत्न सोडून द्यावा. फक्त जीवनातील ज्या कमतरता आहेत त्यांच्यावर गरजेपेक्षा अधिक लक्ष केंद्रित करायची किंवा त्यांच्यामध्येच गुरफटून राहण्याची गरज नाही इतकाच याचा अर्थ आहे. प्रत्येक काम अधिक चांगल्या रीतीने करण्याचे मार्ग असू शकतात हे जरी खरे असले, तरीही जे जसे आहे तसा त्याचा आनंद आपण घेऊ शकतो किंवा त्याचे कौतुकही करू शकतो, हे शिकायला हवे.

जेव्हा एखाद्या गोष्टीच्या वास्तविकतेपेक्षा वेगळ्या रूपात आपण ती पाहण्याची इच्छा मनात धरू लागतो, तेव्हा स्वतःवर लक्ष केंद्रित केले तर समाधान हरवणार नाही. आपण स्वतःलाच याची जाणीव करून द्यावी की जीवन आता या क्षणी जसे आहे, ते छानच आहे. आपण निवड सोडून दिली की सारे चांगलेच होईल. जीवनाच्या प्रत्येक क्षेत्रात संपूर्णता असावी या अपेक्षेतून आपण जेव्हा बाहेर पडू, तेव्हा स्वतःच्या जीवनात तुम्हाला संपूर्णता दिसू लागेल.

३

शांत, सौम्य आणि थांबलेले लोक काही विशेष करू शकत नाहीत हा विचार मनातून काढून टाका

अशी कितीतरी कारणे आहेत ज्यामुळे आपण कायम घाईत असतो, घाबरलेले असतो, स्पर्धेच्या भावनेने वेढलेले असतो. जणू काही आपण खूप मोठ्या संकटात आहोत अशा भावनेने आपण आपले आयुष्य जगत असतो. जर आपण अधिक शांत आणि स्नेहपूर्ण झालो तर आपल्याला जी लक्ष्यप्राप्ती करायची आहे ती आपण करणार नाही, आपण आळशी आणि निरुत्साही बनू हे आपल्या भीतीचे मुख्य कारण असते. या भीतीपासून स्वतःला वाचवायचे असेल तर हे कायम लक्षात ठेवा की आपल्याला हे जे वाटत असते त्यापेक्षा सत्य नेहमीच वेगळे असते. भय आणि व्याकुळतेने भरलेले विचार आपल्या ऊर्जेला शोषून घेतात आणि जीवनातील सर्जनशीलता आणि प्रेरणा दूर होत जाते. जेव्हा आपण भयभीत आणि बेचैन होता, तेव्हा वास्तवात आपण आपल्या खऱ्या शक्यतांपासून स्वतःला दूर नेत असतो. अशा अवस्थेमध्ये आनंद मिळणे ही तर फारच दूरची बाब! आपल्याला आत्तापर्यंत जे काही यश मिळाले आहे, ते भीतीमुळे नाही तर ती भीती नसल्यामुळेच मिळाले आहे, याचे स्मरण ठेवावे.

मी खरोखरीच भाग्यवान आहे कारण माझ्या आजूबाजूला शांत, सहज जीवन जगणारे आणि प्रेमळ असे लोक आहेत. त्यातील काही बेस्ट-सेलर लेखक, प्रेमळ माता पिता, परामर्शदाता, संगणकतज्ज्ञ आणि प्रमुख कार्यकारी अधिकारीसुद्धा आहेत. हे सारेच आपल्या कामात कुशल आहेत आणि आपल्या कौशल्याप्रति समर्पित आहेत.

मी एक महत्त्वाची गोष्ट शिकलो आहे, ती म्हणजे आपल्याला जे हवे असते (आंतरिक शांती) ती गोष्ट जेव्हा आपल्याकडे असते तेव्हा आपण आपल्या इच्छा, अपेक्षा आणि चिंता यापैकी कशानेही प्रभावित होत नाही. अशा प्रकारे आपल्या उद्दिष्टावर एकाग्र आणि केंद्रित होणे किंवा आपले लक्ष्य प्राप्त करून दुसऱ्या गोष्टींवर परतणे अधिक सोपे होते.

४

आपल्याच विचारांच्या स्नोबॉलच्या प्रभावापासून सावध राहा

पूर्वीपेक्षा अधिक शांत होण्यासाठीचा एक प्रभावी उपाय म्हणजे आपण त्याविषयी सजग होणे हा असतो. त्यामुळे आपले नकारात्मक आणि असुरक्षित विचार लवकर बाहेर पडू शकतात. आपल्या कधी लक्षात आले का? जेव्हा आपण अशा तऱ्हेच्या विचारांमध्ये गुंततो, तेव्हा नकळतपणे आपण तणावग्रस्त होतो. आपल्या त्रस्त करून सोडणारी अशी ती कोणती गोष्ट असते? आपण त्याच्या जितके खोलात जायचा प्रयत्न करता तितका आपल्याला वाईट अनुभव येऊ लागतो. एक विचार दुसऱ्या विचाराला जन्म देतो आणि त्याच पद्धतीने विचारांतून विचार निर्माण होत राहून आपण आतून पूर्णतः त्रस्त होऊन जातो.

उदाहरणादाखल सांगायचे झाले तर, रात्री अचानक तुम्हाला जाग आली आणि दुसऱ्या दिवशी तुम्हाला ज्याला फोन करायचा आहे त्याची आठवण झाली. उद्या आपल्याला ज्या व्यक्तीला फोन करायचा आहे त्याची आज आठवण झाली म्हणून तुम्ही निश्चिंत होत नाही तर त्याच्याऐवजी उद्या करावयाच्या इतर सगळ्या कामांची यादी मनामध्ये सुरू होते. कदाचित, आपण उद्या बॉसशी काय बोलणार याची उजळणी मनातल्या मनात सुरू होते, त्याने आपण अधिक अस्वस्थ होऊन जातो आणि लवकरच तुम्हाला असे वाटू लागते की ''मला विश्वासच बसत नाही की मी इतका व्यस्त का राहतो? मला रोज किमान पन्नास कॉल करायला हवे. असं कोण जगतं?'' स्वतःविषयीच दुःख वाटत नाही तोपर्यंत ही विचारांची मालिका अशीच सुरू राहते. काही लोकांसाठी तर हा विचारांचा हल्ला (थॉट अॅटॅक) किती काळ सुरू राहील याला काही सीमाच नसते. अनेकदा मला भेटायला येणारे ग्राहक मला सांगतात की अशाच मानसिक पूर्वाभ्यासात त्यांचे कितीतरी दिवस आणि कितीतरी रात्री सरत राहतात. जर तुमच्या डोक्यामध्ये इतक्या चिंता आणि तणाव असतील तर मन शांत होणे अवघड होईल हे काही वेगळे सांगायची गरजच नाही.

याला उपाय एकच असतो. तो म्हणजे जेव्हा कधी तुमच्या मनामध्ये असे विचारांचे वादळ निर्माण होईल, तेव्हा त्या वादळाने वेग पकडण्यापूर्वी, तुम्ही त्याकडे पाहा. हा स्नो बॉल तयार होत असताना जितक्या वेगाने तुम्ही त्याकडे पाहू शकाल, तितक्या लवकर तुम्ही त्याला रोखू शकाल. आपण घेतलेल्या उदाहरणासंदर्भातच

विचार करायचा झाला तर, आपल्या स्नो बॉलचा विचार तेव्हाच सुरू होतो, जेव्हा आपण दुसऱ्या दिवसाच्या कामांविषयी विचार करू लागता. दुसऱ्या दिवशी करावयाच्या कामांचा विचार करण्याऐवजी आपण स्वतःलाच सांगावं, ''ओह, मी हे पुन्हा सुरू केलं तर...'' आपण मग सजगतेने स्वतःपासून त्या विचारांना दूर करावं. विचारांच्या रेल्वेगाडीने वेग पकडण्यापूर्वीच तुम्हाला तिला पकडावं लागेल. तेव्हाच दुसऱ्या दिवशीच्या कॉलची आठवण आली यासाठी तुम्ही स्वतःला धन्यवाद देऊ शकाल. मग या गोष्टीसाठी तुमचं मन बेचैन होणार नाही. समजा ऐन मध्यरात्री या कामाची आठवण झाली तर उठून त्या कामाची डायरीमध्ये नोंद करा आणि पुन्हा झोपायला जा. त्यासाठी तुमच्या पलंगाजवळ एक कागद, पेनसुद्धा तुम्ही ठेवून देऊ शकता.

तुम्ही कितीही व्यस्त असलात तरी किती कामांनी तुम्ही वेढलेले आहात याचाच विचार जर तुम्ही करत राहिलात, तर केवळ तुम्ही समस्यांचे इमले रचत राहाल आणि स्वतःवरचा ताण पूर्वीपेक्षा अधिक वाढवून ठेवाल. पुढच्या वेळी जेव्हा कधीही आपल्या दिनचर्येविषयी मनात व्याकुळता निर्माण होऊ लागेल, तेव्हा हा छोटासा उपाय जरुर करून पाहा. आपल्यासाठी तो किती प्रभावी ठरू शकतो हे लक्षात आल्यानंतर तुम्हालाही आश्चर्य वाटल्याखेरीज राहणार नाही.

५

'रॅट रेस'ची मानसिकता नको

आम्ही 'रॅट रेस'मध्ये अडकलोय असे बोलताना मी अनेकांना पाहिलं आहे. जणू बदलत्या हवामानाच्या गप्पा माराव्यात इतक्या सहजतेने ते याविषयी एकमेकांशी बोलत असतात. या स्पर्धेतून आपण कधीही बाहेर पडू शकणार नाही, असेच त्यांच्या बोलण्यातून प्रतित होत असते. त्यांनी या गोष्टीलाही जणू आपल्या रोजच्या जगण्याचाच एक भाग मानलेले असते.

या विचारांच्या जोडीला आणखी एक समस्या असते ती म्हणजे, इतर अनेक धारणा आपण जशा आपल्या मनाशी जपलेल्या असतात, त्याचप्रमाणे 'रॅट रेस'मध्येसुद्धा हेच विचार प्रतिबिंबित होतात. ''मी घाईत आहे... माझ्या वाटेतून दूर व्हा... मला वेळ कधीच पुरत नाही... माझ्याकडे वेळच कमी आहे... हे जग मला नीट जगूच देणार नाही...' इत्यादी... स्वतःच्या मनाला हरवणाऱ्या या गोष्टी भयभीत, साशंक आणि अधीर बनवत राहतात. बहुतेक लोक लगेचच चिंताग्रस्त होऊन जातात, हे आपल्या ध्यानी येईल. कारण त्यांनीही मनाने स्वीकारलेले असते की ते या 'रॅट रेस'चा एक भाग आहेत. काही लोक असेही असतात जे त्यांची नोकरी, तेथील ताण, जबाबदाऱ्या आणि दिनक्रम यांनी व्यग्र असतात, परंतु आपल्या कामाविषयी ते आवडीने आणि शांततेने बोलतात. खरे तर तेही घाबरलेल्या आणि विचलित असलेल्या 'रॅट रेस'वाल्या आपल्या मित्रांसारखेच उत्पादक आणि प्रभावशाली असतात.

कॉर्पोरेट विश्वाचा भाग असूनही, सातत्याने प्रवासात राहूनही आणि आपल्या कामात अखंड व्यग्र असूनही या विक्षिप्ततेने भरलेल्या विनाशकारी प्रकारांपासून स्वतःला जे दूर ठेवू शकतात, अशा लोकांना भेटायला मला आवडते. इतरांच्या रांगेत आपणही उभं राहावं आणि त्यांच्यासारखाच अनुभव घ्यावा अशी त्यांची बिलकूल इच्छा नसते. ते अधिक आनंददायक पद्धतीने जगतात. आपल्याला आलेल्या अनुभवांकडे अधिक सकारात्मकतेने पाहतात.

आपण नेमके कोणत्या मुद्द्यांवर लक्ष केंद्रित करतो आणि आपल्या अनुभवांना कसे रूप देतो, यावर आपले दररोजचे कामकाजाचे जीवन आपल्या मनात घर करत असते. आपल्या दिवसाचे वर्णन करताना आपण म्हणून जातो, ''अरे देवा,

हे सगळं किती वाईट होतं. लाखो लोकांमध्ये मी ट्रॅफिकमध्ये अडकून पडलो होतो. अत्यंत कंटाळवाण्या मीटिंग्जमध्ये दिवस गेला. मी प्रत्येक ठिकाणी थोडा उशिरा पोहोचलो. प्रत्येक ठिकाणी वादविवाद झाले. मला सातत्याने संघर्ष करावा लागला. किती मूर्ख माणसं भेटली होती.''

वस्तुतः याच दिवसाचा थोड्या वेगळ्या पद्धतीने विचार केला जाऊ शकतो. त्याच दिवसाचे वर्णन तुम्ही असे करू शकता, ''मी कामावर पोहोचलो आणि मला अनेक लोकांना भेटण्याची संधी प्राप्त झाली. प्रत्येक मीटिंगमध्ये मनापासून सहभागी होण्याचा आणि पुढच्या मीटिंगला मला उशीर होणार नाही याचा मी मनापासून प्रयत्न केला. हे आव्हान सोपे नव्हते. एकत्रितपणे जे चांगले काम करू शकत नाहीत अशा लोकांना एकत्र आणण्याचा प्रयत्न करणे हीच माझ्या कामाची पद्धत आहे. त्यांची मदत करण्यासाठी मी आहे ही खरोखरीच चांगली बाब आहे.''

या दोन्ही कथनांमधील फरक आपल्या लक्षात येतो आहे का? एका कथनामध्ये एखाद्याने अगदी नेमकेपणाने वास्तव सांगितले आहे आणि दुसऱ्यामध्ये केवळ इच्छा व्यक्ती केली आहे, असा याचा अर्थ नाही. खरे तर दोन्ही आपापल्या जागी योग्य आहेत.

६

स्वतःमधील दयाभाव विकसित करा

इतरांच्या बाबतीत दयाभाव विकसित केल्याने आपला दृष्टिकोन तयार होण्यासाठी ते साहाय्यभूत ठरते. कारण समोरचा कोणत्या अवस्थेतून जातो आहे याचा विचार करण्यासाठी तुम्ही स्वतःला त्याच्या जागी ठेवून पाहता. आत्मकेंद्रित न बनता दुसऱ्याच्या मनात काय सुरू असेल असा विचार करता आणि त्याचबरोबरीने दुसऱ्याविषयी तुमच्या मनात स्नेहभाव निर्माण होतो. स्वतःच्या समस्या, कष्ट जसे आपल्याला समजतात त्याचप्रमाणे दुसऱ्याची दुःखं, समस्या आणि अस्वस्थता तुम्ही समजून घेऊ लागता. हे तथ्य लक्षात घेऊन आणि आपल्या परीने सर्वतोपरी मदत करण्याच्या इच्छेने आपण प्रवृत्त होतो आणि अगदी मनापासून आपण कृतज्ञतेची भावना वाढवतो.

आपल्यातील करुणेच्या भावनेचा विकास साधनेने होऊ शकतो. त्यामध्ये दोन गोष्टींचा समावेश होतो - पहिली म्हणजे अभिप्राय आणि दुसरी म्हणजे कर्म. अभिप्राय म्हणजे तुम्ही दुसऱ्यांसाठी तुमच्या मनाचे दरवाजे खुले ठेवता. कर्माचा अर्थ आहे की तुम्ही त्याच्यासाठी काय करता? तुमच्या दृष्टीने जे एखादे काम विशेष जिव्हाळ्याचे असते, त्यासाठी तुम्ही वेळ किंवा संपत्तीच्या रूपाने दान करता. किंवा रस्त्यावरून जाणाऱ्या एखाद्या अनोळखी माणसाला तुम्ही हात दाखवता. आपण काय करता हे फारसे महत्त्वाचे नसते, तर तुम्हाला काहीतरी करायचे आहे हे महत्त्वाचे असते. मदर तेरेसा आपल्याला नेहमी सांगायच्या, ''आपण या पृथ्वीवर महान काम करू शकत नाही, परंतु आपण छोट्या छोट्या गोष्टी परिपूर्ण अशा प्रेमाने निश्चितपणे करू शकतो.''

आयुष्यातील ज्या सगळ्या गोष्टी आपण गांभीर्याने घ्यायला शिकलो आहोत त्या सगळ्या छोट्या छोट्या गोष्टी जेव्हा आपण ध्यानात ठेवू शकू, तेव्हाच आपल्यामध्ये करुणाभाव विकसित होऊ लागेल. समस्येच्या मागे लपलेले समाधान, प्रेमाची भेट अशा जीवनातील चमत्कारांकडे आपण जेव्हा लक्ष देऊ शकाल, तेव्हा जीवनातील ज्या गोष्टींना आपण खूप मोठे मानून त्याचा ताण घेतला होता, त्या वास्तवात खूप छोट्या गोष्टी आहेत; याचे भान तुम्हाला येईल आणि त्यांची चिंता करण्याची गरजच नाही हेदेखील समजेल.

७

आपण गेल्यानंतर आपली 'इन-बास्केट' रिकामी राहणार नाही याची दक्षता घेण्याची आठवण स्वतःला करून द्या

आपल्या आयुष्यातील सगळी कामे पूर्ण व्हायलाच हवी असा काहीसा उद्देश ठेवून बहुतांश लोक आपले जीवन जगतात. आपण रात्री उशिरापर्यंत जागतो, सकाळी लवकर उठतो, कुठलीच मौज-मजा मस्ती करत नाही, आपल्या जवळच्या लोकांना आपण वाट पाहायला लावतो. मी अशी अनेक माणसे पाहिलेली आहेत, जी आपल्या जवळच्या माणसांना इतकी वाट पाहायला लावतात की त्यांच्याविषयीची ओढच कमी होऊन जाते. मी स्वतःसुद्धा असेच करत होतो. आपल्या हातात जी कामे आहेत ती कामे पूर्ण झाल्यानंतर आपण शांत होऊ असे आपण स्वतःला समजावत असतो, परंतु प्रत्यक्षात असे कधीही होत नाही. ती कामे पूर्ण झाल्यानंतर लगेचच पुढची कामे समोर उभी ठाकलेली असतात.

आपण जी कामे करतो ती सारी 'इन-बास्केट'मधील कामे असतात, परंतु याचा अर्थ असा नाही की आपल्याला ते 'इन बास्केट' रिकामे ठेवायचे आहे. येणाऱ्या फोनला उत्तरे द्याचयी आहेत, हातात घेतलेले प्रकल्प पूर्ण करायचे आहेत आणि अनेक कामे अपूर्ण राहतील असे नेहमीच घडणार आहे. यशस्वी होण्यासाठी 'इन बास्केट' आवश्यक आहे असे वाटत असेल, तेव्हाच हा तर्क आपण करू शकतो. सतत कुणीतरी आपला वेळ घेणार आहे. तुम्ही कोण आहात आणि काय करता, यापेक्षाही तुमची आणि तुमच्या जवळच्या व्यक्तींची प्रसन्नता आणि आंतरिक आनंद यापेक्षा अधिक मोलाचे असे जगात दुसरे काहीही नसते. जर प्रत्येक काम पूर्ण करण्याचा अट्टाहास करत राहाल तर तुम्हाला कधीही आयुष्यात प्रसन्न वाटणार नाही. खरे तर प्रत्येक गोष्ट थोडी वाट पाहू शकते. आपल्या कामामध्ये फार थोडेच काम अगदी तातडीचे असते. कामावर नीट लक्ष केंद्रित केले तर ते निश्चितपणे नियोजित वेळेत पूर्ण होऊ शकते. यांत्रिकपणे सतत काम पूर्ण करत राहणे हे माझ्या जीवनाचे उद्दिष्ट नसून या प्रवासातील आनंद घेत पुढे जाणे आहे आणि प्रेमपूर्ण जीवन जगणे आहे, याचे स्मरण मी स्वतःला देत राहतो. त्यामध्ये कामांची यादी आणि त्यासाठी प्रत्यक्ष काम करणे हे माझ्यासाठी सोपे होते. लक्षात ठेवा, या जगात जेव्हा आपण नसू, तेव्हादेखील तुमच्या 'इन बास्केट'मध्ये तुम्ही करायच्या कामांची यादी शिल्लक राहिलेली असेलच. तुमचे अमूल्य जीवन अशा पद्धतीने जगत वाया घालवत बसू नका.

८

इतरांच्या कथनामध्ये अडथळा बनू नका

काही वर्षांपूर्वी मला स्वतःलाच याची जाणीव नव्हती की मी इतरांच्या कथनामध्ये नकळतपणे अडथळा बनतो आहे. किंवा ते बोलत असताना त्यांचे बोलणे तोडून मी मध्येच बोलायला लागतो आहे. लवकरच मला याची जाणीव होत गेली की ही सवय किती चुकीची आणि विनाशकारी असू शकते. त्यामुळे समोरच्या व्यक्तीकडून मिळणारे प्रेम आणि आदर हे तर कमी व्हायचेच, परंतु एकाचवेळी दोन गोष्टीत व्यस्त राहिल्यामुळे प्रचंड ऊर्जादेखील खर्च होत राहायची. एका क्षणासाठी आपण याचा विचार करू या. जेव्हा आपण घाईघाईत समोरच्या व्यक्तीचे बोलणे तोडतो किंवा त्याचे वाक्य पूर्ण होण्यापूर्वीच आपण आपले म्हणणे हिरीरीने मांडू लागतो, तेव्हा आपल्याला केवळ आपल्या विचारांवर लक्ष केंद्रित करावे लागते असे नाही; तर त्याचवेळी आपल्याला ज्याचे बोलणे आपण मध्येच तोडतो आहोत त्याच्या विचारांवरही लक्ष द्यावे लागते. या प्रवृत्तीमुळे (ही बाब व्यस्त असणाऱ्या लोकांमध्ये सर्वसाधारणतः सर्रास दिसून येते) आपली वाणी आणि विचार या दोन्हीत वेग यावा यासाठी दोन्हीही व्यक्ती असेच करतात. दोघांनाही प्रोत्साहित केले जाते. त्यामुळे संवाद साधणाऱ्या दोन्ही व्यक्ती त्रस्त, वैतागलेल्या आणि चिडचिड्या होऊ शकतात. हा संवाद खूप दमवणारा होऊ शकतो. समोरची व्यक्ती तुमचे म्हणणे ऐकून घ्यायलासुद्धा तयार नाही ही गोष्ट आपल्याला खूप उद्‌विग्न करणारी असल्याने अनेकदा या कारणामुळे त्या दोन व्यक्तींमध्ये वादसुद्धा होऊ शकतात.

आणि जेव्हा तुम्ही दुसऱ्या व्यक्तीचे म्हणणे मध्येच अर्धवट तोडून स्वतःचे काही सांगू पाहत आहात, तेव्हा आपण दुसऱ्या व्यक्तीचे म्हणणे नेमके काय आहे हे कसे ऐकू शकतो?

जेव्हा आपल्या हे लक्षात येते की आपल्याला दुसऱ्याचे म्हणणे अर्धवट तोडून मध्येच बोलण्याची सवय लागली आहे, तेव्हा लक्षात येईल की हा दोष असावा, हे न जाणवण्याइतके ते जगण्याचा सहज भाग बनून जाते. हे बदलण्यासाठी तुम्हाला इतकेच करायचे आहे की जेव्हा तुम्ही एखाद्याचे बोलणे अर्धवट तोडत आहात असे लक्षात येईल, तेव्हा आपण स्वतःलाच 'रंगे हाथ' पकडायचे आहे. स्वतः

ला याचे स्मरण करून द्या की (संवाद सुरू होण्यापूर्वी याचे स्मरण करून दिलेले अधिक चांगले) आपल्याला धीर आणि संयम ठेवून त्याचे बोलणे पूर्ण व्हायची वाट पाहायची आहे. पहिल्या व्यक्तीचे बोलणे पूर्ण होईल तेव्हाच मी बोलायला सुरुवात करेन हे स्वतःलाच बजावावे. आपल्या लक्षात येईल की ही एक छोटी सवय बदलल्यामुळे कितीतरी लोकांशी तुमचे संबंध सुधारण्यास आपोआपच म ोठाच हातभार लागतो आहे. ज्यांच्याशी तुम्ही संवाद साधाल, त्यांनाही हा बदल लक्षात येईल. असे लोक तुमच्या आणखी जवळ येतील आणि सहज स्वाभाविक संवाद शक्य होईल. कारण तुम्ही अगदी मनापासून त्यांचे म्हणणे ऐकत असाल. आपल्या हृदयाची धडधड अशा वेळी कमी असेल आणि तुम्हाला गडबड करीत बोलण्यापेक्षा शांतपणे संवाद करण्यात अधिक मजा येईल. एक स्नेहशील आणि शांत व्यक्ती बनण्याचा हा एक साधा सोपा उपाय आहे.

९

दुसऱ्यांच्या हिताचे काम करा, परंतु कुणालाही त्याविषयी काही सांगू नका

आपण अनेकदा इतरांसाठी काही ना काही चांगले करीत असतो, परंतु ते फक्त ज्या व्यक्तीसाठी केले, त्याच्यापुरतेच ज्ञात राहू नये, म्हणून नकळतपणाने आपण आपल्या दयाळूपणाची चर्चा कुठे ना कुठे करत राहतो.

जेव्हा आपण इतरांच्या हिताचे काही करतो, तेव्हा आपल्याला वाटते की आपण किती विचारी आहोत, चांगले आहोत आणि असाच दयाळूपणा प्राप्त करायचा अधिकार आपल्यालाही आहे याची आपल्याला जाणीव होऊ लागते.

दयाळूपणाशी जोडलेली सगळी कामे जेव्हा सहज भावनेने होतात तेव्हा ती अद्‌भुत होतात. जर याची आपण उघडपणाने चर्चा केली नाही तर ते एखाद्या जादुई चमत्कारासारखे ठरू शकते. आपण दुसऱ्यांना काही देतो, तेव्हा आपल्याला खूप छान वाटते. आपण किती दयाळू आहोत हे दुसऱ्यांना सांगताना ते सकारात्मक भाव तसेच टिकून राहावेत ते आपल्याजवळच उच्चार न करता जपून ठेवणे केव्हाही श्रेयस्कर असते आणि ते सकारात्मक भाव तसेच जपून ठेवायला हवे.

खरे पाहायला गेले तर एखाद्या व्यक्तीला जेव्हा काही द्यायचे असेल तर ते निरपेक्ष भावनेने द्यावे. देताना त्यातून काही मिळवण्याची अपेक्षा असू नये. स्वतःच्या दयाळूपणाचे तुम्ही जेव्हा इतरांजवळ वर्णन करत नाही, तेव्हा तुमचा स्नेहल स्वभाव हेच तुमचे बक्षीस असते. आपल्या देण्याच्या भावनेतून हे बक्षीस तुम्हाला प्राप्त होते. त्यामुळे दुसऱ्या कुठल्याही व्यक्तीसाठी काहीही कराल तेव्हा ते स्वतःपुरते मर्यादित ठेवा आणि देण्याचा जो अमर्याद आनंद मिळतो तो मनापासून लुटा.

१०

इतरांना स्तुतीचा आनंद मिळवू द्या

जेव्हा इतरांचे लक्ष आपल्याकडे केंद्रित करण्याचे सगळे प्रयत्न तुम्ही सोडून देता आणि इतरांना स्तुतीचा आनंद मिळवण्याची संधी मिळवून देता, तेव्हा तुम्ही एका अपूर्व अशा शांततेची अनुभूती प्राप्त करता. तुमच्या मानवी भावनांवर जादुई प्रभाव पडणे सुरू होते.

दुसऱ्यांचे लक्ष आपल्याकडे वेधण्याची आपली इच्छा म्हणजे आपला अहं आपल्याला सातत्याने सांगत असतो, ''माझ्याकडे पाहा. मी कुणीतरी खास आहे. माझी गोष्ट तुमच्या गोष्टीपेक्षा अधिक रंजक आहे.'' भले त्या वेळी नेमकी कोणती भावना व्यक्त करायची आहे याची जाणीव होत नसली, तरीही आपल्याला फक्त या गोष्टीची हमी हवी असते ती म्हणजे ''मी इतरांपेक्षा कोणीतरी खास आहे.'' आपल्यातील अहं हा असा भाग असतो, ज्याला सातत्याने वाटते की आपल्याकडेच पाहिले जावे आणि आपलेच ऐकले जावे. आपलाच सन्मान केला जावा, आपल्यालाच विशेष मान मिळावा आणि बऱ्याचदा तर हे सगळे व्हावे म्हणून आपण प्रसंगी दुसऱ्यांनाही आपल्यापेक्षा कमी लेखतो. या अशा वृत्तीमुळे आपण सातत्याने दुसऱ्यांचे वाक्य तोडण्यात धन्यता मानतो किंवा त्यांचे म्हणणे कधी एकदा संपते, याची वाट पाहत राहतो. त्यांचे म्हणणे संपता क्षणी आपल्या बोलण्यातून इतरांचे लक्ष आपल्याकडे वेधायचे असते. आपल्यातील बहुतांश लोक या सवयीच्या आहारी जातात आणि स्वतःचेच मोठे नुकसान करून घेतात. जेव्हा आपण घाईघाईने एखाद्या विषयाचा मुद्दा आपल्या दिशेने वळवता, तेव्हा त्या वेळी खरे तर समोरची व्यक्ती आपल्याला जे काही सांगत असते, तिचा आनंद तुम्ही हिरावून घेत असता. असे केल्याने तुमच्यात आणि त्या व्यक्तीमध्ये दुरावा निर्माण होतो आणि अशा प्रकारे सगळ्यांचाच पराभव होतो आणि कोणीच समाधानी होत नाही, सगळेच नाराज होतात.

त्यामुळे पुढच्या वेळी जेव्हा कुणी आपली गोष्ट तुम्हाला सांगत असेल किंवा त्याच्या यशस्वितेचे वर्णन करीत असेल, तेव्हा प्रतिक्रिया देताना तुम्ही स्वतःचेच घोडे पुढे दामटले नाही ना, याचे निरीक्षण करा.

अर्थात ही सवय सोडणे तितकेसे सोपे नाही. जर तुम्ही दुसऱ्याचे बोलणे

खंडीत करून इतरांचे लक्ष आपल्याकडे वेधू पाहत नसाल, तर ही सवय आनंद देणारी तर असतेच, पण दुसऱ्यांचे लक्ष वेधण्याच्या इच्छेचा त्याग करून दुसऱ्याच्या गोष्टीतही तुम्ही आनंद मिळवू शकता हा आत्मविश्वास तुमच्यामध्ये दृढ होत जातो. अशा पद्धतीने तुम्ही स्वतः आंतरिक शांतीची अनुभूती घेऊ शकता. एखादा संवाद सुरू असताना त्यात मध्ये असे बोलू नका की, 'ओह, मीसुद्धा असेच केले होते.' किंवा 'अरे, तुम्हाला माहितीये का काल माझ्याबाबतीत काय झाले?' जेव्हा असे बोलण्याची इच्छा निर्माण होईल, तेव्हा संयम राखा आणि काय होते हे थांबून पाहा. केवळ इतकेच म्हणा, 'ही खरोखर खूप चांगली गोष्ट आहे.' 'मला याविषयी आणखी विस्ताराने सांग.' इतकेच म्हणून स्वतःचे म्हणणे तिथेच थांबवा. असे केल्याने ज्या व्यक्तीशी तुम्ही बोलत आहात त्या व्यक्तीशी बोलताना तुम्हाला आनंद मिळेल. तो जे सांगतोय त्याच्याशी तुम्ही समरस झालेले असाल आणि त्याचे म्हणणे मनापासून ऐकत असाल आणि तुमची कुठलीही स्पर्धेची भावना नसेल. त्यामुळे तुमच्याशी संवाद साधणाऱ्या व्यक्तीलादेखील तुमच्याशी संवाद साधताना सहजता जाणवेल, त्याचा आत्मविश्वास वाढेल. त्याचे बोलणे कधी एकदा संपते आणि मी कधी एकदा बोलतो अशी अधीरतेची भावना तुमच्याही मनात निर्माण होत नाही, हे तुमच्याही सहजतेने अनुभवास येईल.

अर्थात काही वेळेस आपले काम किंवा यश यांच्याबाबतीत लोकांनाही माहिती देणे आणि आपले अनुभव सांगणे, आणि त्यांचे लक्ष आपल्याकडे वेधणे गरजेचे असते. मला इतकेच सांगायचे आहे की प्रत्येक वेळी गरज नसताना केवळ इतरांचे लक्ष आपल्याकडे वेधले जावे म्हणून तसे वागणे योग्य नाही. जेव्हा तुम्ही इतरांना त्यांच्या वाट्याची प्रशंसा प्राप्त करण्याचा अवसर मिळवून देता, तेव्हा तुमच्यासाठी अधिक लाभदायक ठरू शकेल असा आत्मविश्वास तुमच्या अंतर्मनात निर्माण होतो.

११

वर्तमानातील क्षणात जगायला शिका

आपण वर्तमानातील क्षणात किती काळ राहू शकतो, यावरच आपली मानसिक शांती अवलंबून असते. काल किंवा मागच्या वर्षी काय घडले होते आणि उद्या काय होईल किंवा होणार नाही या सगळ्यांपेक्षा आज तुम्ही ज्या जागी आहात, तो वर्तमानाचा क्षणच अंतिमत: महत्त्वाचा असतो. कायमच...!

आपल्यातील बहुतांश लोक अगदी निःसंदेहपणाने एका कलेमध्ये पारंगत झालेले आहेत. आपण सातत्याने अनेक गोष्टींची चिंता करीत राहतो. आपण आपल्या वर्तमानातील क्षणांवर भूतकाळातील चिंता आणि येणाऱ्या काळातील संभाव्य त्रास यांना इतके वरचढ होऊ देतो, की त्यामुळे एक वेगळीच व्याकुळता, कुंठितावस्था आणि असहायता जाणवू लागते. त्याचवेळी दुसऱ्या बाजूला आपल्या प्राथमिक बाबींवर जेव्हा प्रसन्नतेला वरचढ होऊ देतो आणि विचार करतो की एखादा तरी दिवस असा असावा, जो आजच्यापेक्षा अधिक चांगला असेल. दुर्दैवाने आपला हा दृष्टिकोन भविष्यातही तसाच राहतो आणि आपल्याला हवा असणारा 'अधिक चांगला दिवस' कधीच येत नाही. जॉन लेनॉन यांनी एकदा सांगितले होते, "जीवन तेच असते जे रोज दिवसागणिक कमी होत असताना आपण दुसऱ्या योजना आखण्यामध्ये व्यस्त असतो."

बहुतांश लोक त्यांचे जीवन अशाच पद्धतीने जगतात. जणू ते दुसऱ्या कुठल्या जीवनाच्या पूर्वाभ्यासात गढलेले आहेत. असेच आहे ना? खरे तर, उद्याच्या दिवसात 'तो' असेल की नाही, याची गॅरेंटी कुणीही देऊ शकत नाही. आपल्या हातात केवळ आत्ताचा क्षण आहे आणि केवळ त्यावरच आपले नियंत्रण आहे. जेव्हा आपले संपूर्ण लक्ष वर्तमानावर केंद्रित होते, तेव्हा मनातून सर्व प्रकारची भीती निघून जाते. येणाऱ्या काळात घडू शकतील अशा संभाव्य घटनांच्या विचारांनीच चिंता वाढत जाते. उदा. आपल्याकडे पुरेशी संपत्ती नसेल, आपली मुले संकटात अडकतील, आपण म्हातारे होऊन मरून जाऊ इत्यादी. भीतीवर नियंत्रण मिळवण्यासाठी सर्वांत उत्तम कार्यशैली असेल की आपण आपले लक्ष वर्तमानावर केंद्रित करावे. मार्क ट्वेन म्हणत असत, "माझ्या जीवनात काही भीषण गोष्टी घडल्या, त्या वास्तवात घडल्या. मला नाही वाटत यापेक्षा अधिक चांगली रीतीने मी हे सांगू शकेन.' आपले लक्ष आता या आत्ताच्या क्षणावर केंद्रित करण्याचा अभ्यास करा. या प्रयत्नांतून निश्चितपणाने चांगले लाभ होतील.

१२

आपल्यापेक्षा इतर सारे समजूतदार आहेत अशी कल्पना करा

ही एक अशी गोष्ट आहे जी आपल्याला सहजतेने अंगीकारावी असे वाटणार नाही, परंतु आपण जर त्या दिशेने प्रयत्न केले तर असे लक्षात येईल की स्वतःत सुधारणा करण्यासाठीचे हे एक उत्तम साधन ठरू शकते. आपण ज्या ज्या लोकांना ओळखता किंवा जितक्या लोकांना भेटता, ते सारे तुमच्यापेक्षा अधिक समजूतदार आहेत, असेच मानायला सुरुवात करा. होय, तुम्ही सोडून बाकी सारे जण! आपण ज्या ज्या लोकांना भेटतो, ते सारेच आपल्याला काही ना काही शिकवण देतात. कदाचित चांगली गाडी न चालवणारा एखादा तरुण ड्रायव्हरसुद्धा तुम्हाला धैर्याविषयी काही सांगून जाईल. दुसऱ्यांना पारखणे इतकेही चांगले नसते ही शिकवण एखादा बदमाश रॉकर करून देईल.

आपल्या जीवनात येणारे लोक तुम्हाला काय शिकवण देऊन जातात याकडे डोळसपणे पाहावे लागते. जर तुम्ही असे करू शकलात, तर इतरांच्या सवयी आणि त्रुटींमुळे होणारा तुमचा त्रागा कमी होऊ लागतो. तुम्ही त्यामुळे फारसे त्रस्त आणि निराश होत नाही. या जीवनशैलीची सवय तुम्हालाही होत जाते आणि असे करण्यातच एक वेगळी प्रसन्नता लाभू लागते. त्यामुळे आपल्याला कुणी शिकवू पाहत आहे असे जेव्हा आपल्या लक्षात येईल, तेव्हा त्यातील अवघडलेपण दूर करणे सोपे होऊन जाते. उदाहरणादाखल सांगायचे झाले तर, समजा तुम्ही एका पोस्ट ऑफिसमध्ये आहात आणि पोस्टातील क्लार्क जाणीवपूर्वक सगळी कामे हळूहळू, संथ गतीने करतो आहे. अशा वेळी त्या परिस्थितीत निराश होण्यापेक्षा स्वतःलाच प्रश्न विचारावा की तो आपल्याला काय शिकवू पाहतो आहे? कदाचित, करुणेशी जोडलेली एखादी शिकवण तो आपल्याला देतो आहे. जे आपल्याला पाहायलाही आवडत नाही असे काम करणे किती अवघड आहे हे तो सांगतो आहे किंवा कदाचित यातून अधिक धैर्यवान व्हायला सांगतो आहे. कोणत्याही रांगेत उभे राहणे ही आपल्यासाठी खूप मोठी संधी असू शकते, कारण त्यातून अधीरतेच्या सवयीपासून मुक्ती मिळून संयमाची शिकवण मिळते.

हे किती मजेशीर आणि सोपे आहे हे लक्षात आल्यानंतर तुम्हाला खरोखरीच आश्चर्य वाटेल. हे परिवर्तन तुमच्यामध्ये घडून आल्यास, 'ती माणसं अशी का

वागत आहेत?' याचा विचार करण्याऐवजी 'ही माणसं मला काय शिकवण देण्याचा प्रयत्न करीत आहेत?' अशी विचारप्रक्रिया आपसूक सुरू होईल. त्यामुळे आजपासूनच आपल्या आजूबाजूला दिसणाऱ्या समजूतदार माणसांवर लक्ष केंद्रित करा आणि त्यांच्याकडून जे शिकता येईल तिकडे लक्ष द्या.

१३

बहुतांश वेळी इतरांना 'योग्य' माना

कधी कधी स्वतःलाच हा एक महत्त्वाचा प्रश्न विचारा, 'प्रत्येक वेळी मला 'योग्य' बनून राहायचे आहे की मला प्रसन्न राहायचे आहे? अनेकदा हे प्रश्न एकसारखेच वाटतात.

योग्य असणे आणि आपल्या स्थितीचा बचाव करीत राहणे यासाठी खूप मोठी मानसिक ऊर्जा खर्च होत असते आणि त्यामुळे अनेकदा आपण इतर लोकांपासून वेगळे पडतो. आपणच योग्य आहोत हे सिद्ध करण्याची गरज किंवा दुसरा कुणी चुकीचा आहे हे सिद्ध करण्याची गरज दुसऱ्याला बचावात्मक पवित्रा घेण्यास भाग पाडते आणि आपलाल्याही सतत स्वतःचा बचाव करीत राहावा लागतो. तरीही आपल्यातील बहुसंख्य लोक (अगदी मी स्वतःसुद्धा) मीच कसा योग्य आहे, हे दाखवून देण्यासाठी किंवा दुसऱ्याला चुकीचे सिद्ध करण्यासाठी आपला खूपसा वेळ आणि ऊर्जा वाया घालवत राहतात. कळत-नकळतपणे अनेक लोक असे मानतात की समोरच्या व्यक्तीची स्थिती, शब्द आणि दृष्टिकोन अयोग्य कसा आहे, हेच आपल्याला दाखवायचे आहे. त्यांनी आपले कौतुक करायला हवे किंवा आपल्याकडून काही शिकायला हवे अशी आपली अपेक्षा असते. मात्र ही अगदीच चुकीची गोष्ट आहे.

याविषयी जरा विचार करायला हवा. जी व्यक्ती तुम्हाला योग्य मानत असेल आणि तुम्हाला सुधारू पाहत असेल, अशा व्यक्तीचे तुम्ही कधी आभार मानले आहेत का? उदा. ''धन्यवाद, मी चुकीचा आहे आणि तुम्ही बरोबर. तुम्ही मला योग्य रस्ता दाखवलात.'' ''मला आता लक्षात आले की तुम्ही महान आहात.'' किंवा अशी एखादी व्यक्ती जी तुमच्या परिचयाची आहे, तिने तुमचे आभारही मानलेले आहेत (मग भले ती व्यक्ती तुमच्याशी सहमत असो वा नसो) अगदी निश्चितपणाने नाही. खरी गोष्ट तर अशी आहे की इतर कुणी येऊन आपल्याला आपली चूक दाखवली की आपल्याला खूप राग येतो. आपल्याला प्रत्येकालाच एक आदर हवा असतो आणि दुसऱ्यांनी आपल्याला समजून घ्यावे असे वाटत असते. दुसऱ्याकडून काही ऐकणे ही मनाची सर्वांत मोठी इच्छा असते. जे लोक दुसऱ्याचे ऐकायला शिकतात, ते सगळ्यात जास्त प्रेम आणि आदर प्राप्त करतात.

जे लोक कायम दुसऱ्यांना सुधारण्याची धडपड करत राहतात, त्यांच्यापासून सगळे लोक दूर जात राहतात आणि त्यांच्याकडून त्रस्त होत राहतात.

ऐकून आश्चर्य वाटेल, परंतु अधिक शांत आणि प्रसन्न राहण्याचा मार्ग हाच आहे की दुसऱ्यांना तेच योग्य आहेत हे मानण्याचा आनंद आपण घेऊ द्यावा. त्यांना ती स्तुती मिळवू द्या. त्यांना सुधारण्याच्या भानगडीत तुम्ही पडू नका. भलेही ही सवय बदलणे आपल्याला कितीही अवघड गेले तरी हा एक प्रभावी अभ्यास ठरू शकतो. जेव्हा कुणी असे म्हणेल की, 'माझ्या दृष्टीने ही गोष्ट विशेष महत्त्वाची आहे', तेव्हा त्याचे म्हणणे मध्येच तोडून 'नाही मला असे वाटते की हे अधिक महत्त्वाचे आहे,' असे बोलू नका. त्याचे वाक्य तोडून तुमचे म्हणणे मांडण्याचे तुमच्याकडे शंभर उपाय असले तरीही असे करू नका. ते सगळे उपाय विसरून जा आणि समोरच्याला जे म्हणायचे आहे ते म्हणू द्या. असे केल्याने तुमच्या जीवनात बचावात्मक पवित्रा घेणारे लोक कमी राहतील आणि ते तुमच्यावर पहिल्यापेक्षा अधिक प्रेम करतील. तुम्ही असे का करत आहात हे त्यांना समजले नाही तरीही ते आपले इतके कौतुक करतील की ज्याची तुम्ही पूर्वी कधी कल्पनाही केलेली नसेल. इतरांच्या प्रसन्नतेचे साक्षीदार होण्याचे भाग्य तुम्हालाही प्राप्त होईल. अहंच्या श्रेष्ठत्वाच्या लढाईपेक्षा ते निश्चितपणाने श्रेयस्कर असेल. आपले सखोल दार्शनिक सत्य आणि आपल्या चांगल्या मतांचा त्याग करण्याची गरज नाही, परंतु त्यांचे त्यांनाच योग्य होण्याची संधी आपण मिळवून दिलेली उत्तम.

१४

अधिक धैर्यवान बना

शांत आणि स्नेही अस्तित्व प्राप्त करण्याचे लक्ष्य पूर्ण करायचे असेल तर अंतर्यामी अधिकाधिक धैर्यवान होण्याची योग्यता प्राप्त करणे गरजेचे आहे. आपण जितके धैर्यशील होता तितक्या अधिक प्रमाणात वास्तवाचा स्वीकार करता, जीवन जे आहे ते तसे स्वीकारता. आपल्या इच्छेनुसारच जीवन असावे यासाठी तुम्ही आग्रही राहत नाही. धीर नसेल तर जीवन निराशाजनक होऊन जाते. तुम्हाला खूप लवकर राग येतो, कंटाळा येतो, चिडचिड होते. धैर्यामुळे तुमच्या जीवनातील सहजतेचे आयाम आणि स्वीकाराची भावना जागृत होते. आंतरिक शांतीसाठी हेसुद्धा आवश्यक आहे.

भले आपल्याला मान्य नसले तरीही आपल्या वर्तमानातला क्षण आहे तसा सहजतेने स्वीकारणे हाच धैर्यवान होण्याचा खरा अर्थ आहे. उदा. आपण कधी कधी वाहतूक कोंडीमध्ये अडकतो, कुठल्या तरी बैठकीला जायला आपल्याला उशीर होतो. तो क्षण जसा आहे तसा स्वीकारल्याने आपण स्वतःला मानसिक चिंतेचे मोठे कारण बनण्यापासून योग्य वेळी अडवतो. आपण आपल्या विचारांवर नियंत्रण ठेवून विश्रांत होणेच योग्य आहे याचे स्मरण योग्य वेळी स्वतःला करून देण्यात यशस्वी झालेले असतो. श्वास घेण्याचीसुद्धा हीच योग्य वेळ असू शकते आणि मोठ्या मोठ्या योजनांमध्ये थोडे पुढे-मागे होणे ही 'छोटीशी गोष्ट' आहे याचीही जाणीव या निमित्ताने आपल्याला होऊ शकते.

दुसऱ्यांमधील निरागसता पाहणे हादेखील धैर्याचाच गुण आहे. माझी पत्नी क्रिस आणि माझ्या दोन मुली आहेत. एक चार वर्षांची आहे आणि दुसरी सात वर्षांची. हे पुस्तक लिहीत असताना माझी चार वर्षांची मुलगी कितीतरी वेळेला ऑफिसमध्ये येऊन मला त्रास देत असे. त्यामुळे मला काम करता येत नसे. त्या वेळी मी (बहुतांश वेळी) तिच्या त्रास देण्यामुळे रागावण्याऐवजी (मी काम पूर्ण करू शकणार नाही, माझ्या विचारांची शृंखला तुटून जाईल, माझ्यासाठी लिहिण्याचा हा आजचा एकच दिवस होता इत्यादी.) मी तिच्या वागण्यातील निरागसता पाहिली. ती माझ्यावर प्रेम करते म्हणून ती इथे मला भेटायला आलेली होती. तिला माझ्या कामातील अडथळा बनायचे नव्हते. मला जेव्हा तिच्यातील

या निरागसतेची जाणीव होते, तेव्हा माझ्या मनात धीराची भावना जागी होते आणि त्याचवेळी माझे संपूर्ण लक्ष तिच्यावर केंद्रित होते.

त्या क्षणी मनात काही चिडचिड झाली तरी ती लगेचच नष्ट होते. आणि मला किती चांगली मुलं मिळाली आहेत याची जाणीव होऊन मी स्वतःलाच भाग्यशाली मानू लागतो. जेव्हा आपण अवघड परिस्थितीचा आणि इतरांसंदर्भात सखोल विचार करतो, तेव्हा तुम्हाला त्यांच्यातील निरागसता आणि निर्व्याजतेचा अनुभव होऊ लागतो, हे मला अनेकदा जाणवलेले आहे. त्यावेळी तुम्ही एक धैर्यवान आणि शांत व्यक्ती बनता आणि आश्चर्य म्हणजे एरवी ज्या कारणांनी तुम्ही चिडला असता, त्याच क्षणांचा तुम्ही आनंद घेऊ लागता.

१५

संयमाच्या अभ्यासासाठी वेळ काढा

धैर्य हा हृदयाचा असा एक गुण आहे ज्यासाठी सातत्याने प्रयत्न करीत राहिल्यानेच तो वाढू शकतो. मला सापडलेला सर्वांत प्रभावी उपाय म्हणजे त्याच्या अभ्यासासाठी स्वतंत्र वेळ काढणे. मी माझ्या मनात त्याची वेळोवेळी उजळणी करतो. आपले जीवन एक क्लासरूम आहे आणि धैर्य त्यातील अभ्यासक्रम.

फक्त पाच मिनिटांचा वेळ काढून आपण याची सुरुवात करू शकता आणि आपल्या क्षमतेनुसार ती वेळ वाढवत नेऊ शकता. स्वतःला सांगायला सुरुवात करा, ''ठीक आहे, पुढील पाच मिनिटांपर्यंत मी कसल्याची विषयाची चिंता करणार नाही. मी शांत राहीन.'' तेव्हा तुम्हाला जे काही जाणवेल, ते खूप आश्चर्यकारक असेल. अगदी कमी वेळेसाठी का असेना; तुमची शांत राहण्याची इच्छा तुमच्या धैर्यवान होण्याच्या गुणात नक्कीच वृद्धी घडवून आणते. धैर्य असा गुण आहे ज्याच्याकडे यश आपोआप स्वतःहून चालत येते. पाच मिनिटांच्या छोट्या अभ्यासानंतर तुम्ही जेव्हा तुमच्या त्या शेवटच्या क्षणापर्यंत पोहोचता, तेव्हा तुमच्यामध्ये धीर धरण्याचा गुण आहे हे तुमच्या लक्षात आल्याखेरीज राहत नाही. जसजसा काळ जाईल, तसजशी त्या अभ्यासाचीसुद्धा सवय होत जाते.

माझ्या घरात लहान मुले असल्याने मला धैर्याचा अभ्यास करण्याची अनोखी संधीच चालून आलेली आहे. उदाहरणादाखल सांगायचे झाले तर, एक दिवस माझ्या दोन्ही मुलींनी मला प्रश्न विचारून भंडावून सोडले होते आणि त्याचवेळी मला काही महत्त्वाचे दूरध्वनी करायचे होते. मी स्वतःला सांगितले, ''शांत राहण्याचा सराव करण्याची हीच योग्य वेळ आहे.'' पुढील अर्ध्या तासापर्यंत मी जितके शक्य होईल तितका शांत राहीन. (त्यासाठी मला खूप कष्ट पडले पण मी अर्धा तास शांत राहिलो!) गमतीचा भाग सोडा, पण हा उपाय खरोखर अतिशय प्रभावी ठरला. माझ्या कुटुंबासाठी हा उपाय खरोखरीच योग्य ठरला. जर कुठलाही त्रागा न करता शांत भावनेने परिस्थितीला सामोरा जाऊ शकलो, तर माझ्या मुलांना सांभाळणे मला आणखी सोपे होईल. मला वर्तमानातील क्षणांमध्ये जगायचे असेल, तर मला फक्त माझ्या मनाला धीर राखण्याच्या दिशेने न्यायचे आहे.

अशा प्रकारे गेलेल्या काळातल्या नकोशा आणि येणाऱ्या काळातील संभाव्य

कल्पनांनी, आठवणींनी स्वतःला निराश करण्याऐवजी आपण वर्तमानाचा पुरेपूर आनंद घेऊ शकतो. याचा दुसरा फायदा असा होतो की मी जे संयमाने वागतो ते माझ्या मुलांपर्यंतदेखील पोहोचते. मग वारंवार मला त्रास देण्याऐवजी आयुष्यातील छोटे-मोठे निर्णय तीच घेऊन टाकतात.

शांत झाल्याने मी माझ्या उद्दिष्टांवर पुरेपूर लक्ष केंद्रित करू शकतो. कठीण परिस्थितीतसुद्धा माझ्यासमोर काय आहे आणि माझ्या वर्तमानातील उद्दिष्ट काय आहे हे लक्षात ठेवू शकतो. हा काही जीवन-मरणाचा प्रश्न नाही. किंबहुना हा एक छोटासा अडथळा असून तो सहजतेने दूर करता येऊ शकतो.

आयुष्यात संयम नसेल तर तीच परिस्थिती माझ्यासाठी क्रोध, निराशा आणि उच्च रक्तदाबाचे कारण बनू शकते. तुम्ही आपल्या मुलांशी, बॉसशी किंवा कोणत्याही अवघड वाटणाऱ्या व्यक्तीशी, कोणत्याही परिस्थितीत झगडत असाल तर त्या वेळी छोट्या छोट्या गोष्टींची चिंता करणे सोडून द्या. तुमच्या संयमाच्या पातळीत वाढ करणे हाच एक चांगला उपाय ठरू शकतो.

१६

दुसऱ्यापर्यंत पोहोचणारी किंवा प्रेम देणारी पहिली व्यक्ती बना

आपल्यातील अनेक जण एखादा वादविवाद, गैरसमज, आपले संगोपन किंवा अन्य त्रासदायक घटना वा छोट्या छोट्या गोष्टींमुळे नाराज असतात. आपण अहंकाराने आखडून वाट पाहत राहतो की समोरची व्यक्ती आपल्याकडे येईल. आपल्याला वाटत असते की हाच एक उपाय आहे ज्याद्वारे आपण एखाद्याला क्षमा करू शकतो. एखाद्याशी असणारे मैत्रीपूर्ण संबंध किंवा कौटुंबिक संबंध पुन्हा सुरळीत होण्यासाठीचा हाच एक मार्ग आहे, असा आपला समज असतो.

माझ्या ओळखीच्या एक व्यक्ती आहेत. त्यांची तब्येत आजकाल बरी नसते. त्यांनी अलीकडेच मला सांगितले की, त्या त्यांच्या मुलाशी मागील तीन वर्षांपासून बोललेल्या नाहीत. मी त्यांना विचारले, ''असे का?'' त्यांनी सांगितले की, मुलाच्या पत्नीविषयी बोलताना त्यांचे मुलाशी वाद झाले होते. त्यांचे म्हणणे असे की, जोपर्यंत त्यांचा मुलगा येऊन त्यांची माफी मागत नाही, तोपर्यंत त्या त्याच्याशी काहीही बोलणार नाहीत. मी त्यांना सुचवले की मग तुम्ही पुढाकार घ्यायला हवा. त्यावर त्या म्हणाल्या, ''मी असे करू शकत नाही. पहिल्यांदा त्यानेच माझी माफी मागायला हवी.'' प्रत्यक्षात मात्र आपल्या मुलाशी बोलायला मिळावे म्हणून त्या आसुसलेल्या होत्या. मी थोडे समजावल्यानंतर आपल्या मुलाला फोन करायला त्या तयार झाल्या. जेव्हा त्यांनी फोन केला, तेव्हा त्यांच्या आश्चर्याला पारावार राहिला नाही. कारण त्यांचा मुलगा अक्षरशः ढसाढसा रडला आणि त्याने आईची माफीसुद्धा मागितली. आणि हे नेहमीच घडते. जो कोणी पहिल्यांदा पुढाकार घेण्याची संधी घेतो, तोच निश्चित रूपाने विजयी होता.

जेव्हा आपण मनात रागाला स्थान देतो, तेव्हा आपण 'छोट्याशा गोष्टी'ला 'मोठी गोष्टी'मध्ये बदलून टाकतो. आपल्या प्रसन्नतेपेक्षा आपले पद महत्त्वाचे आहे असे मानायला आपण सुरुवात करतो. खरे तर असे नसते. जर आपल्याला अधिक शांत व्यक्ती बनायचे असेल, तर प्रत्येक वेळी आपणच योग्य असणे जरुरी नसते. त्याऐवजी स्वतःच्या प्रसन्नतेला अधिक महत्त्वाचे मानावे आणि ती दुसऱ्यांपर्यंत पोहोचण्याचा प्रयत्न करावा. दुसऱ्यांना सुधारण्याची, स्वतःत बदल घडवून आणण्याची संधी द्यावी. त्याचा अर्थ तुम्ही चुकीचे आहात असा अजिबात

नसतो. सारे काही ठीक होते. आपल्याला राग सोडून दिल्याने प्राप्त होणाऱ्या शांतीचा अनुभव मिळेल आणि दुसऱ्यांना स्वतःत बदल करण्याचा आनंददेखील तुम्ही मिळवून देऊ शकाल. त्यामुळे ते फारशी बचावात्मक भूमिका घेणार नाहीत आणि तुमच्या बाबतीत अधिक स्नेहभाव राखायला सुरुवात करतील. असेही होऊ शकेल की ते पहिल्यांदा पुढाकार घेतील. परंतु त्यांनी असे केले नाही तरीही हरकत नाही. एक स्नेही संसार बनवण्याच्या दिशेने तुम्ही काम केले आहे याचा निश्चितच तुम्हाला अधिक आनंद असेल आणि या विचाराने तुम्हाला अधिक शांती प्राप्त होईल.

१७

स्वतःला विचारा, 'आजपासून एक वर्षानंतर ही गोष्ट तितकीशी महत्त्वाची राहील का?'

मी रोज स्वतःबरोबर एक खेळ खेळतो. त्याला मी 'टाईम रॅप' असे नाव दिले आहे. ज्या गोष्टींची मी चिंता करतो आहे, त्या खूप महत्त्वाच्या आहेत असेच मी पूर्वी मानत असे. त्यावरची प्रतिक्रिया म्हणून मी हा खेळ सुरू केला आहे.

हा खेळ खेळताना तुम्हाला फक्त असा विचार करायचा आहे की, आज जे काही होत आहे ते आता नाही तर एक वर्षभरानंतर होणार आहे. मग स्वतःलाच विचारा, जितका मी आज विचार करतो आहे, तितकी ही परिस्थिती खरोखरच गंभीर आहे का? असं होऊ शकेल की, परिस्थिती तशीच असली तरीही काही काळानंतर तुम्हाला सारे काही सहज वाटू लागेल.

आपले सहकारी, मुलं किंवा बॉससमवेत झालेले वाद, एखादी चूक, एखादी संधी हातातून निसटून जाणे, आपली पर्स हरवणे, कामासंबंधी त्रुटी निर्माण होणे किंवा पाय लचकणे यासारख्या समस्या निर्माण होतील, तेव्हा विचार करा की वर्षभराने त्याची तुम्ही पर्वादेखील करणार नाही. तुमच्या जीवनातील त्या गोष्टी आता तितक्याशा महत्त्वाच्या उरत नाहीत. अर्थात या साध्याशा खेळाने तुमच्या जीवनातील कोणतीही समस्या कदाचित सुटणार नाही, परंतु आपला त्याबाबत विचार करण्याचा दृष्टिकोन नक्कीच बदलेल. मी ज्या गोष्टी अतिरिक्त गंभीरपणाने घेत असे, त्याचा विचार करताना आता माझे मलाच हसू येते. त्या गोष्टींवर आता निष्कारण ऊर्जा व्यर्थ घालवण्याऐवजी मी माझा वेळ माझी पत्नी आणि माझी मुले यांना देऊन सकारात्मक आणि रचनात्मक विचारांना प्राधान्य देतो.

१८

जीवन नेहमीच न्यायसंगत नसणार हे तथ्य स्वीकारावे

जीवन न्यायसंगत असण्यासंदर्भात मी माझ्या एका मित्रासमवेत चर्चा करीत होतो. त्याने मला प्रश्न विचारला, 'जीवन न्यायसंगत असेल किंवा असायला हवे हे कुणी सांगितले?' त्याने चांगला प्रश्न उपस्थित केला होता. त्याचा प्रश्न ऐकून माझ्या लहानपणी मी जे शिकलो होतो, त्याची मला नकळतपणे आठवण झाली. जीवन न्यायसंगत नसते हे खूप वाईट आहे, परंतु हेच सत्य आहे. हे तथ्य आपण एकदा मान्य केले की जीवन अधिक सहज आणि सोपे होऊन जाते.

आपल्यातील बहुतांश लोकांकडून महत्त्वाची चूक होते ती म्हणजे, आपण स्वतःबद्दल किंवा इतरांबद्दल खेद व्यक्त करताना जीवन न्यायसंगत असावे किंवा एखाद्या दिवशी तरी ते तसे होईल अशी अपेक्षा ठेवतो. असे नसते आणि होणारही नाही. जेव्हा आपण ही चूक करतो, तेव्हा आपण आपल्या आयुष्यातील बहुतांश वेळ रडण्यात आणि तक्रारी करण्यात व्यर्थ दवडतो. आपल्या जीवनात हे सगळे चुकीचे कसे घडते आहे, अशी आपली भावना निर्माण होते. आपण नेहमीच इतरांसमवेत चर्चा करताना जीवनात आपल्यावरच कसे अन्याय होत आहेत, याविषयीच बोलत राहतो. आपल्याला न्याय मिळत नाही, अशीच आपली बहुतांश वेळेला तक्रार असते. परंतु न्यायसंगत राहण्यासाठी जीवन नसतेच याचा आपल्याला विसर पडलेला असतो.

जीवन न्यायसंगत नाही हे तथ्य एकदा आपण स्वीकारले की स्वतःविषयी खेद करीत बसण्याऐवजी हातात असलेल्या मर्यादित साधनांच्या बळावरदेखील आपल्या बाजूने अधिक चांगले काम करण्यासाठी आपण प्रोत्साहित होतो. प्रत्येक गोष्टीला परिपूर्ण बनवणे एवढेच जीवनाचे काम नाही, तर ते आपल्या पुढ्यातील आव्हान आहे याची सार्थ जाणीव आपल्याला होते.

जीवन वाटते तितके सोपे नाही; ही गोष्ट एकदा मनाशी स्वीकारली की आपण स्वतःलाही माफ करायला शिकतो. त्यामुळे अधिकाधिक चांगले काम करण्यासाठी आपण प्रेरित होत राहतो. सगळे काही उत्तमच असेल, हे जीवनाचे काम नाही, तर ते तसे घडवणे हे आपल्या पुढील आव्हान आहे, हे आपण जाणू लागतो. हे वास्तव स्वीकारण्याचा दुसरा फायदा असा होतो की, आपण इतरांच्याबद्दलसुद्धा

क्षमा भाव राखतो. कारण आपण त्याला जाणवते की प्रत्येकजण आपापल्या पद्धतीने काम करतो आणि प्रत्येकाकडे वेगळ्या प्रकारची शक्ती असते आणि त्याची आव्हाने असतात. ही अंतर्दृष्टी प्राप्त झाल्याने माझ्या दोन्ही मुलांचे संगोपन कसे करावे, मी कुणाची मदत करायला हवी आणि कोणाला मदत करू नये याचा सारासार विचार मी करू लागलो. माझ्या जीवनातील व्यक्तिगत संघर्ष हाताळणे मग मला सोपे झाले. पूर्वी मला या प्रत्येक गोष्टीमध्ये वाटायचे की माझ्यासोबत न्याय झालेला नाही आणि मीच या सगळ्याची शिकार बनलो आहे. मात्र हे जाणून घेतल्यावर वास्तवाच्या जमिनीवर माथे टेकण्यासाठी यातून मला मोठी मदत झाली आहे.

हे जीवन न्यायसंगत नाही याचा अर्थ असा नाही की आपण आपल्या बाजूने जीवन किंवा संसार सावरण्याचा प्रयत्नच करू नये. याउलट आपण हे अवश्य करायला हवे असाच याचा गर्भितार्थ आहे. जोपर्यंत आपण हे जाणत नाही किंवा स्वीकारत नाही, तोपर्यंत आपण इतरांची किंवा स्वतःची कीव करू लागतो.

अर्थातच अशा स्वरूपात स्वतःची कीव करण्याची भावना आणि विचार आत्मविनाशक ठरतो. त्यातून कुणाचेच भले होणार नसते. असे झाल्याने पहिल्यापेक्षा आपली स्थिती अधिक वाईट आहे असे वाटू लागते. जेव्हा आपण हे तथ्य जाणू लागतो, की जीवन न्यायसंगत नाही, तेव्हा स्वतः आणि इतरांची भावना विकसित होते. करुणा हा एक असा भाव आहे, ज्याच्या संपर्कात येणाऱ्या प्रत्येक व्यक्तीला स्नेहपूर्ण दयाळूपणाचा अनुभव येतो. पुढच्या वेळी कधीही आयुष्यात आपल्यावर अन्याय झाला आहे अशी भावना निर्माण झाली, तर जीवन न्यायसंगत नाही; याची जाणीव स्वतःला करून द्यायला विसरू नका. आपल्याला हे पाहून आश्चर्य वाटेल की स्वतःची कीव करण्याच्या मानसिकतेतून बाहेर पडून उपयुक्त कार्य करण्यासाठी तुम्ही तत्पर झालेले आहात.

१९

येऊ द्या कंटाळा आला तर...

आपल्यातील बहुतांश लोकांच्या खांद्यांवर इतक्या जबाबदाऱ्यांचे ओझे आहे की आपण स्वतःला काही क्षणापुरतेसुद्धा एका ठिकाणी बसवून स्थिर करू शकत नाही. काही मिनिटांसाठीदेखील नाही. एका मित्राने तर यावर मला असे सांगितले, ''आता लोक माणूस राहिलेले नाहीत तर ते यंत्र बनलेले आहेत.'' जेव्हा मी पहिल्यांदा वॉशिंग्टनमधील एका थेरपिस्टच्या जोडीने अभ्यास केला, तेव्हा माझ्या असे लक्षात आले की काही वेळेला कंटाळा येणे किंवा नीरसतेचा अनुभव घेणेही चांगले ठरू शकते.

संपूर्ण दिवस एकत्र घालवल्यानंतर आम्ही आमच्या प्रशिक्षकाला विचारले, ''या शहरात आज रात्री आपण काय करू शकतो?'' त्याने सांगितले, ''मी हेच सांगेन की स्वतःला थोड्या वेळेसाठी कंटाळा येऊ द्या आणि काहीही करू नका. हा तुमच्या प्रशिक्षणाचाच एक भाग आहे.'' सुरुवातीला मला वाटले की ते गंमत करत आहेत. पण नंतर मी त्यांना विचारले, ''मी स्वतः बोअर होणे मलाच कसे आवडेल?'' त्यावर ते म्हणाले, ''तुम्हाला एक तास किंवा त्यापेक्षा कमी वेळेसाठी कंटाळा कसा येतो, त्याचा अनुभव घ्यायचा आहे. जर त्या भावनेशी संघर्ष न करता ती सहजपणे मान्य केलीत, तर हे भाव शांतीमध्ये रूपांतरित होतील आणि थोड्या साधनेनंतर तुम्हाला शिथील होणेही जमू लागेल.''

जेव्हा मला हे कळले, तेव्हा मला आश्चर्य वाटले की ते योग्य तेच सांगत होते. पहिल्यांदा सुरुवातीला हे सारे सहन करणे माझ्यासाठी खूपच अवघड ठरले. मला तर प्रत्येक क्षणी काही ना काही करण्याची प्रबळ इच्छा होत असे, परंतु लवकरच मला त्या सगळ्याची सवय लागली आणि नंतर ते करण्यातच मला आनंद मिळू लागला. मी मोकळा वेळ किंवा आळस याविषयी बोलत नाही, तर आपण स्वतःसमवेत राहण्याची आणि शिथील होऊन शांत बसण्याची कला आत्मसात करायला हवी. भले आपण दिवसात अगदी थोड्या वेळेसाठी का असेना, पण हे करायला हवे. आपल्याला सजग राहून काहीही करायचे नाही, तर सहजपणे करायचे आहे. हे काम करण्याचे दुसरे कुठलेही तंत्र नाही. फक्त शांत बसा, खिडकीतून बाहेर पाहा, आपल्या विचारांवर आणि मनातील भावनांवर लक्ष

केंद्रित करा. सुरुवातीला आपण थोडे विचलित व्हाल परंतु दररोज केल्याने हे काम आपल्यासाठी सोपे होत जाईल. त्याचे उल्लेखनीय असे परिणाम हळूहळू तुम्हाला दिसू लागतील.

आपली अधिकाधिक व्यग्रता आणि आंतरिक संघर्ष यांचा जन्म व्यस्त आणि आवश्यकतेपेक्षा अधिक सक्रिय असलेल्या मेंदूतून होत असतो. आपल्याला स्वतःच्या मनोरंजनासाठी सतत काहीतरी करावेसे वाटत असते. असे काहीतरी की ज्यावर आपले मन केंद्रित होईल. त्यामुळे आपल्या मनात सतत विचार सुरू असतो, ''यानंतर मला काय करायचे आहे?'' रात्रीचे जेवण करतानाही मनात विचार सुरू असतो की जेवणानंतर खायला गोड काय आहे? गोड खाल्ल्यानंतर विचार करतो की, आता यानंतर काय करायचे आहे? संध्याकाळी विचार करतो की आठवड्याच्या शेवटी आपल्याला काय करायचे आहे?

जेव्हा आपण बाहेरून घरात येतो, तेव्हा येताक्षणी आपण घरातील टीव्ही आपण सुरू करतो. हातात फोन घेतो किंवा एखादे पुस्तक वाचायला घेतो किंवा अगदीच काही नाही तर घराची साफसफाई सुरू करतो. जणू एकही क्षण मोकळा न ठेवण्याची भीती आपल्या मनात घर करून बसलेली असते.

काहीही न करण्याची सुंदरता हीच आहे की त्याने आपले मन शांत होते आणि विचारांमध्ये सुस्पष्टता येते. आपल्या मनाला 'काही न करण्याचे' स्वातंत्र्य आपण देतो. काही क्षणासाठी मन मुक्त होते. आपल्या मनाला आणि शरीराला या अतिव्यस्त दिनक्रमापासून थोडी मुक्तता हवीच असते. या मधल्या मोकळ्या वेळेनंतर जेव्हा तुमचे मन परत मूळ स्थितीवर येईल, तेव्हा ते अधिक मजबूत, सतर्क, केंद्रित आणि सर्जनशील बनते आहे हे लक्षात येईल.

जेव्हा कंटाळ्यासोबत राहण्याची अनुमती तुम्ही मनाला देता, तेव्हा सातत्याने मनावर जो काम करण्याचा दबाव असतो, तो कमी होतो. आता माझ्या दोन्ही मुलींपैकी कोणी म्हणते, ''डॅड, आम्हाला बोअर होतंय.'' तेव्हा मी त्यांना सांगतो, ''उत्तम! काही वेळ असेच बोअर होत राहा. याचीही मजा लुटा. हे तुमच्यासाठी खूप चांगले आहे.'' जेव्हा मी त्यांना हे उत्तर देतो, तेव्हा मी त्यांची अडचण सोडवेन ही अपेक्षा त्या सोडून देतात. कारण आपल्याला कुणी असा सल्ला देईल हा विचारच कुणी करू शकणार नाही. परंतु मला असं वाटतं की आपण सगळ्यांनीच कधी ना कधी हे करायलाच हवे.

२०

निष्कारण ताण सहन करू नका

असं लक्षात येतं की काही बाबी आपल्या समाजाचा एक भाग बनून गेलेल्या आहेत. लोकांना सतत तणावग्रस्त पाहण्याची आपल्याला सवयच होऊन गेलेली आहे. खूप सारे तणाव सहन करू शकणारी आणि कायम तणावाच्या ओझ्याखाली दबलेली माणसे आपल्या समोर दिसत असतात. जेव्हा आपल्याला कुणी सांगतं, ''मी खूप मेहनत करत आलो आहे. तणावामुळे माझी हालत खराब झालेली आहे,'' तर त्या व्यक्तीची प्रशंसा करावी असेच आपल्याला शिकवले जाते. तणाव कमी करण्यासंदर्भात एक वाक्य मी नेहमी ऐकत आलो आहे. ते म्हणजे, ''तणाव सहन करण्याची माझी सहनशक्ती खूप चांगली आहे.'' हे जवळपास रोजच होत असते. जेव्हा असे लोक सुरुवातीला माझ्या ऑफिसमध्ये येतात, तेव्हा त्यांची अपेक्षा अशीच असते की मी अशी काहीतरी कार्यशैली त्यांना शिकवावी, जेणेकरून त्यांची ताण सहन करण्याची शक्ती वाढू शकेल. अधिक चांगल्या रीतीने त्यांचे ताण-तणाव हाताळू शकतील असे मार्ग त्यांना हवे असतात.

सुदैवाने आपल्या भावनिकतेत असा एक नियम आहे तो आपण समजून घ्यायला हवा. ''वर्तमान स्थितीत आपल्यामध्ये जितकी सहनशक्ती असेल तितकाच तणाव आपल्यामध्ये राहू शकतो.'' एक गोष्ट आपल्या निश्चितपणाने लक्षात आली असेल, ती म्हणजे, जे लोक म्हणतात, की ''मी खूपशा ताणतणावांना सामोरा जाऊ शकतो,'' मात्र त्या वेळी ते अनेक तणावांनीच वेढलेले असतात. मग जर तुम्ही लोकांना त्यांच्या तणावाच्या बाबतीत सहनशक्ती वाढवायला शिकवाल, तर ते तणावानेच त्रस्त राहतील. त्यांच्यावर बाहेरून येणारा तणाव आणि त्यांची सहनशक्ती यांचा ताळमेळ जोपर्यंत बसत नाही, तोपर्यंत अधिक गोंधळ असेल आणि जबाबदारी वाढतच राहील. संकटग्रस्त परिस्थितीत असताना तणावग्रस्त व्यक्तीला आपल्यातील वेडेपणाची जाणीव होते. उदा. जवळचा साथीदार सोडून जाणे, आरोग्याशी संबंधित काही समस्या निर्माण होणे, एखाद्या वाईट व्यसनाच्या आहारी जाणे इत्यादी. त्यांना एका नव्या कार्यशैलीची आठवण करून देऊन या गोष्टीतून त्यांना झटक्यात जागे करता येऊ शकते.

हे ऐकायला काहीसे विचित्र वाटेल, परंतु जर तुम्ही तणाव व्यवस्थापनाच्या

कार्यशाळेमध्ये नाव नोंदवत असाल तर तिथे तुम्हाला ताण सहन करण्याची शक्ती कशी वाढवायची, याचेच मार्ग शक्यतो सुचवले जातील. तणाव कमी करण्याचे उपाय सांगणारे लोकच तणावाची शिकार बनलेले आहेत, असेच तेव्हा वाटू लागते.

आपल्या हातातून गोष्टी निसटून जाण्यापूर्वी आपल्याला आपल्या तणावाला ओळखायला शिकावे लागेल. आपले मन खूप वेगाने पळते आहे असे जेव्हा वाटेल, तेव्हा थोडे थांबून आपल्याला आपल्या मनाला ब्रेक लावावा लागेल. जेव्हा तुमची दिनचर्या तुमच्या हातातून निसटत आहे, हे लक्षात येईल, तेव्हा थोडे थांबून शांतपणे पुनर्विचार करायला हवा याचा तो संकेत असतो. रोजच्या कामांच्या यादीपेक्षा काय महत्त्वाचे आहे हे थोडे थांबून पाहणे अधिक महत्त्वाचे ठरते. आपण स्वतः नियंत्रणाच्या पलीकडे गेलो आहोत अशी जाणीव प्रकर्षाने होत असेल आणि आपल्या अर्धवट राहिलेल्या कामांसाठी जीव व्याकूळ होत असेल, तर बाह्या सरसावून सगळी कामे पूर्ण करण्याचा अट्टाहास करण्याऐवजी थोडे थांबण्याचा निर्णय केव्हाही शहाणपणाचा असतो. अशा काळात थोडे थांबून, आराम करावा. हीच सर्वोत्तम कार्यशैली ठरते.

थोडा दीर्घ श्वास घ्या आणि दूरवर एक चक्कर मारून या. आपल्या लक्षात येईल की तणावाने तुमच्यावर हल्ला करण्यापूर्वीच तुम्ही त्यावर नियंत्रण मिळवलेले आहे. त्या वेळी तोच ताण इतका छोटासा वाटेल की तुम्ही तो सहजतेने ताब्यात आणू शकाल. एखाद्या डोंगरावरून कोसळणाऱ्या बर्फाच्या गोळ्याप्रमाणे जर त्याने एकदा का गती पकडली, की त्याला रोखणे अवघडच नाही तर असंभव होऊन बसते. आपण सगळे काम पूर्ण करू शकत नाही यात चिंता करत बसावे असे काही नाही.

जेव्हा तुमचे मन शांत आणि सुस्पष्ट असेल आणि तणावाची पातळीही कमी होईल, तेव्हा तुम्ही तुमचे काम अधिक प्रभावी पद्धतीने आणि रंजकतेने पूर्णत्वास नेऊ शकाल. तणाव सहन करण्याची तुमची क्षमता जेव्हा प्रयत्नपूर्वक कमी कराल, तेव्हा आपसूकच तुम्हाला कमी ताण सहन करावा लागेल आणि त्याचबरोबर तुमच्याकडे तणावाचे व्यवस्थापन करण्यासाठीचे रचनात्मक उपायदेखील नक्कीच असतील.

२१

'डेडलाईन'चं नाटक करू नका

आपल्यातील अनेकांना 'डेडलाईन'चे बंधन पाळूनच बहुतांश कामे करावी लागतात. परंतु या 'डेडलाईन'च्या नादामध्ये आपण आपल्या मनावर किती मानसिक आणि भावनिक दबाव टाकत असतो, याचा कधी थांबून विचार केला आहे का? यामुळे आपल्यावर कोणकोणते नकारात्मक परिणाम होतात, याचाही आपण कधी विचार केला आहे का? जर केला नसेल तर आपण हा विचार करायलाच हवा असे मी तुम्हाला अगदी आग्रहाने सांगेन.

हे खरं आहे की 'डेडलाईन' किंवा सीमारेषा जीवनात अर्थपूर्ण भूमिका निभावत असतात. परंतु खूपसा ताणतणाव हा केवळ या सीमारेषेमुळे नाही, तर त्या संबंधात विचार केल्यानेदेखील येत असतो. आपण हे पूर्ण करू शकू की नाही, हा विचार तणाव वाढवतो. आपल्याला स्वतःचीच लाज वाटू लागते. स्वतःविषयीच तक्रारी सुरू होतात आणि इतरांशी आपण वारंवार या संबंधात बोलत राहतो.

अगदी अलीकडेच मी एका कार्यालयात कुणाची तरी वाट पाहत बसलो होतो. मी ज्या व्यक्तीला भेटायला गेलो होतो, त्या व्यक्तीला काही कारणाने यायला उशीर झाला. मी तिथे बसून काही वाचायचा प्रयत्न करीत होतो; तेव्हा तेथील दोन कर्मचाऱ्यांमधील संवादामुळे माझे लक्ष त्यांच्याकडे वेधले गेले. ते दोघेही आपल्या कामासाठी ज्या सीमारेषा निर्धारित केलेल्या आहेत, त्याविषयी तक्रारी करत होते. त्यांना दोन तासांच्या कालावधीत कुठचा तरी अहवाल पूर्ण करून द्यायचा होता. ते काम पूर्ण करण्यासाठी आज दुपारपर्यंतची 'डेडलाईन' होती.

मी तिथेच बसून आश्चर्याने त्या दोघांचा संवाद ऐकू लागलो. आपल्याला काम करण्यासाठी किती कमी वेळ आहे, या गोष्टीची तक्रार करण्यात त्यांनी जवळपास एक तास दवडला होता. आपल्या उद्दिष्ट साध्य करण्याच्या दिशेने एक पाऊलसुद्धा उचलण्याचे कष्ट त्यांनी घेतले नाही. मी ज्या व्यक्तीला भेटायला आलो होतो त्या व्यक्तीला मी भेटायला जाण्याच्या अवघे एक मिनिट अगोदर त्यांच्यातील एक व्यक्ती म्हणाली, ''अरे, आता आपण काम सुरू करायला हवे. एक तास तर असाच निघून गेला आहे.''

मला जाणवले की आपण 'डेडलाईन'शी संबंधित विविध बाबी कशा अकारण नाट्यमय करून टाकतो. अर्थात प्रत्येक वेळी नियोजित कालमर्यादेत गोष्ट पूर्ण करण्याचाच ताण असतो असेही नाही, इतरही गोष्टींचा तणाव असू शकतो. शेवटी त्या दोन व्यक्तींना जाणीव झाली की त्या एका तासामध्येसुद्धा ते आपले नियोजित काम पूर्ण करू शकले असते. जर त्यांनी एक दीर्घ श्वास घेऊन एकमेकांच्या सहकार्याने ते काम करायला घेतले असते, तर कदाचित अधिक वेगाने आणि प्रभावी पद्धतीने ते काम पूर्णत्वास नेऊ शकले असते.

मला याची कल्पना आहे की डेडलाईन- मग ती घरगुती कामांची असो अथवा कार्यालयातील कामांची- त्यातून खूप सारा ताणतणाव मनामध्ये निर्माण होतो. परंतु जर तुम्ही कोणत्याही प्रकारे नकारात्मक मानसिक ऊर्जा त्या कामाआड येऊ न देता काम करू शकलात, तर ते काम तुम्ही अधिक उत्तम पद्धतीने पूर्णत्वास घेऊन जाऊ शकाल. कामाची डेडलाईन समोर येताच तुमच्या मनामध्ये तणाव, चिंता किंवा त्रास निर्माण होत असेल, तर स्वतःला कामामध्ये गुंतवून पाहा. तणाव आला तर आपली ऊर्जा दुसऱ्या चांगल्या कामामध्ये गुंतवलेली अधिक चांगली, हे मनाला निश्चितपणाने सांगा. कुणी सांगावं, येणाऱ्या काळात डेडलाईन पाहून घाबरणं बंद होऊन जाईल आणि नव्या उत्साहाने तुम्ही प्रत्येक काम करू लागाल.

२२

आठवड्यातून एकदा आभाराचे पत्र लिहा

या एका अभ्यासाने अनेकांचे जीवन बदलले आहे. या माध्यमातून लोक अधिक शांत आणि प्रफुल्लित झालेले आहेत. जर तुम्ही आठवड्यातून थोडासा वेळ काढून जर आभाराचे पत्र लिहू शकलात तर त्यातून तुमची बरीचशी कामे होऊ शकतात. जेव्हा तुम्ही काही लिहिता किंवा टाईप करता, तेव्हा तुम्हाला जीवनातील चांगल्या व्यक्ती आठवण्यासाठी पुरेसा वेळ मिळत असतो. अशा प्रकारे त्यांच्याविषयी लिहिल्याने तुमचे मन कृतज्ञतेने भरून जाते. जर तुम्ही असे करण्याचे ठरवले तर तुमच्या यादीमध्ये किती लोक आले आहेत, याचा विचार करून तुम्हीही चकित व्हाल.

माझ्या एका ग्राहकाने मला सांगितले होते, ''माझ्या जीवनातील प्रत्येक महत्त्वाच्या व्यक्तीविषयी मी आभार व्यक्त करू शकेन इतके आठवडे कदाचित माझ्याकडे आता उरलेलेच नाहीत.'' तुमच्याही बाबतीत अशी स्थिती असेल किंवा नसेल, परंतु तुमच्याही जीवनात असे काही लोक नक्की असतील ज्यांचे तुम्ही कृतज्ञ असाल. जरी तुम्हाला तुमच्या आयुष्यात अशा व्यक्ती सापडल्या नाहीत, तरी तुम्ही अनोळखी व्यक्तींना पत्र लिहू शकता किंवा हयात नसलेल्या एखाद्या तुमच्या आवडत्या लेखकालादेखील पत्र लिहू शकता.. तुम्हाला ज्या व्यक्तीचे काम खूप आवडते किंवा अलीकडच्या काळात ज्या एखाद्या व्यक्तीने महत्त्वाचा शोध लावला असेल अशा व्यक्तीलाही तुम्ही पत्र लिहून कृतज्ञता व्यक्त करू शकता. त्यातून आभार व्यक्त करण्याविषयीचे चिंतन वाढायला अधिक मदत होईल. भलेही ते पत्र तुम्ही इतरांसाठी खुले केले नाही, तरी तुमचे उद्दिष्ट साध्य झालेले असेल.

तुम्ही पत्र लिहिण्यामागचे उद्दिष्ट अगदी स्पष्ट आहे, ते म्हणजे तुम्हाला तुमचे प्रेम आणि आभार व्यक्त करायचे आहेत. तुम्ही चांगले पत्र लिहू शकत नाही असे तुम्हाला वाटत असेल, तरीही चिंता करू नका. तुम्हाला ही आभाराची भेट डोक्याने नाही तर हृदयाने द्यायची आहे. जर तुम्ही खूप काही लिहू शकत नसाल तर छोट्याशा नोंदीच्या स्वरूपात आपल्या मनातील आभाराची भावना व्यक्त करा. ''प्रिय जास्मीन, आज सकाळी उठलो तर माझ्या मनात आले की माझ्या आयुष्यात तुझ्यासारखी किती चांगली माणसं आहेत. तू माझी मैत्रीण बनलीस त्याबद्दल तुझे मनापासून आभार. तुझ्या असण्याने मी खरोखर धन्य झालो आहे आणि जीवनात तुला कायम प्रसन्नता आणि सुख मिळावे अशी प्रार्थना मी करतो.''

२३

स्वतःवरच्या अंत्यसंस्काराची कल्पना करा

ही कार्यशैली काही लोकांना कदाचित भीतीदायक वाटू शकते, परंतु आपल्या जीवनामध्ये सर्वांत महत्त्वाचे काय आहे याची आठवण करून देण्यासाठी ती अतिशय प्रभावी ठरते.

जेव्हा आपण जीवनात मागे वळून पाहतो, तेव्हा आपण किती मजबूत होतो हे आठवून किती लोक प्रसन्न होतील? जर प्रत्येकच व्यक्तीने आयुष्यात मागे वळून पाहिले आणि विचार केला की आपल्या आयुष्यातील प्राधान्यक्रम वेगळे असते तर किती चांगले झाले असते? काही अपवाद सोडले तर लोकांच्या हेही लक्षात येते की छोट्या छोट्या गोष्टींना नको इतके महत्त्व दिले, त्याची तेवढी गरजच नव्हती. त्यांना तेव्हा असे वाटते की अरेरे! त्यांनी आपल्या प्रिय व्यक्तींबरोबर जीवनातील महत्त्वाचा आणि अधिकाधिक वेळ घालवला असता तर किती बरे झाले असते. किंवा ज्या गोष्टींची चिंता करण्यामध्ये आपण आयुष्यातील बहुमूल्य वेळ दवडलेला होता, त्या गोष्टी वस्तुतः तितक्या महत्त्वाच्या नव्हत्याच. त्यामुळे जर तुम्ही स्वतःच्याच अंत्यसंस्काराची कल्पना मनाशी करू शकलात तर तुमच्या जीवनात महत्त्वपूर्ण बदल घडवण्याची एक संधी तुम्हाला अगदी निश्चितपणाने प्राप्त होऊ शकते.

अर्थात हे काहीसे भीतीदायक आणि दुःख देणारे ठरू शकते. आपल्या मृत्यूच्या क्षणावर लक्ष केंद्रित केल्याने तुम्ही स्वतःचे जीवन पाहू शकाल. असे केल्याने तुम्हाला कशा पद्धतीचा माणूस बनायचे होते, याची आठवण तुम्हाला अगदी निश्चितपणाने होईल आणि तुमच्या जीवनात महत्त्वाचे असणारे नेमके प्राधान्यक्रम कोणते आहेत, हेदेखील सुस्पष्ट होईल. जर तुम्ही बऱ्याच अंशी माझ्यासारखे असाल तर तुमच्या मनातून एक हुंकार उमटेल आणि तोच तुम्हाला स्वतःमध्ये नवे बदल घडवण्यासाठी प्रवृत्त करेल.

२४

स्वतःला पुन्हा पुन्हा सांगा, 'जीवन हे आणीबाणी नाही'

अनेक प्रकारांनी ही कार्यशैली पुस्तकातील अनिवार्य असा संदेशच समोर आणते. लोक जरी नेमका उलटा विचार करीत असले तरीही वस्तुस्थिती ही आहे की, जीवन म्हणजे आणीबाणी नाही. गेल्या काही वर्षांत मी अशा असंख्य लोकांना भेटलो आहे, ज्यांनी त्यांचे कुटुंब आणि त्यांची स्वप्नं या दोन्हीची उपेक्षा केली, कारण जीवन म्हणजे एक आणीबाणी आहे असे त्यांना वाटत होते. आपल्या या मूर्खपणाची पाठराखण करताना, सफाई देत ते सांगतात की जर त्यांनी आठवड्यातून ८० तास काम केले नाही, तर त्यांचे सगळे काम पूर्णच होणार नाही. अनेकदा मी त्यांना आठवण करून देतो की जर त्यांचा दृष्टिकोन असाच राहिला, तर त्यांच्या मृत्यूच्या क्षणीही त्यांची कामाची यादी संपणार नाही.

तीन मुलांची आई असलेली गृहिणी एकदा माझ्याकडे आली. त्यांनी मला सांगितले, ''रोज सगळे घराच्या बाहेर पडायच्या अगोदर मला जसे घर स्वच्छ करायचे असते, तसे मी रोज करू शकत नाही.'' या गोष्टीची त्यांना इतकी खंत वाटत होती की, त्यांना डॉक्टरांनी अस्वस्थता कमी होण्याच्या गोळ्या घेण्याचा सल्ला दिला होता. भांडी धुतलेलीच असावीत किंवा टॉवेल जागच्या जागीच असलाच पाहिजे यासाठी जणू कुणी त्यांच्या डोक्यावर बंदूक रोखून धरलेली असावी अशा भीतीखाली व दडपणाखाली त्या जगत होत्या. जीवन म्हणजे सदैव आणीबाणीची परिस्थिती आहे असेच मानून त्या आयुष्यातील प्रत्येक क्षण जगत होत्या. वस्तुतः खरी परिस्थिती अशी होती की ज्या गोष्टीचा त्यांना ताण येत होता, तो त्यांनीच निर्माण केलेला होता.

छोट्या छोट्या गोष्टींचे मोठ्या आणीबाणीच्या परिस्थितीत रूपांतर न करणारी व्यक्ती मला आजतागायत भेटलेली नाही. (त्यात मीसुद्धा आलोच) आपण जीवनातील उद्दिष्टांना इतके मोठे मानून बसतो, की त्यापायी जीवनातील खरा आनंदच हरवून जातो आणि या विचारांपासून स्वतःला वेगळे करू शकत नाही. आपण स्वतःच्या प्रसन्नतेसाठी काही गोष्टी अटींच्या स्वरूपात बदलून टाकतो. जर आपणच आपल्या निर्धारित केलेल्या वेळेत गोष्टी पूर्ण करू शकलो नाही, तर मग स्वतःलाच दोष देत राहतो. जर आपल्याला खरोखरीच एक शांत व्यक्ती बनायचे

असेल तर बऱ्याच गोष्टींच्या बाबतीत आपणच आणीबाणीची परिस्थिती निर्माण केलेली असते हे स्वीकारण्याचा नम्रपणा आपल्याकडे असायला हवा. जर काही गोष्टी ठरलेल्या योजनेप्रमाणे झाल्या नाहीत, तरीही जीवन सुरूच राहणार आहे. जर हे वाक्य आपण वारंवार स्वतःला बजावले, तर त्यातून तुम्हाला निश्चितपणे मदत मिळेल आणि ते वाक्य म्हणजे, जीवन म्हणजे काही आणीबाणी नव्हे.

२९

तुमच्या बॅक बर्नरसमवेत प्रयोग करा

एखाद्या तथ्याचे स्मरण करण्यासाठी किंवा ती आठवण्यासाठी बॅक बर्नर हा एक श्रेष्ठतम उपाय ठरू शकतो. जेव्हा खरोखरीच आपण एखाद्या मोठ्या तणावाखाली असाल, तेव्हा कोणतेही विशेष प्रयत्न न करता हा प्रयोग करण्यासाठी तुमचे मन हे सर्वांत प्रभावशाली साधन आहे. तुमच्या बॅक बर्नरचा वापर करायचा म्हणजे, तुम्ही वर्तमानात एक काम करीत असताना तुमच्या मनाला दुसरी समस्या सोडवण्याची अनुमती देणे असा त्याचा अर्थ होतो.

आपल्याकडील स्टोव्हचा बॅक बर्नर जे काम करतो, तेच काम आपल्या मनाचा बॅक बर्नरदेखील करतो. जेव्हा कमी उष्णतेवर एखादा पदार्थ शिजत असेल तेव्हा हळूहळू तो पूर्ण शिजतो, त्याला एक चव येते आणि एक स्वादिष्ट पदार्थ तयार होतो. असे करताना तुम्ही सगळी सामग्री एकत्र करून एका भांड्यात टाकून मंद आचेवर तो पदार्थ शिजवण्यासाठी ठेवत असता. त्यात जितकी कमीतकमी ढवळाढवळ कराल, तितका पदार्थ अधिक चविष्ट बनतो असे दिसून आले आहे.

अगदी याच पद्धतीने आपण आपल्या जीवनातील गंभीर किंवा अन्य कोणत्याही समस्या सोडवू शकतो. आपल्या विविध समस्या, त्यासाठी निर्माण झालेली परिस्थिती आणि त्यासाठी सुचलेले पर्याय हे सारे जणू आपण मनाच्या बॅक बर्नरकडे सोपवून टाकावेत. जेव्हा आपण एखादे सूप किंवा सॉस बनवत असतो, तेव्हा आपल्या मनाच्या बॅक बर्नरला आपण जो विचार किंवा उपाय देत आहोत, ज्याप्रमाणे सूप बनवताना मंच आचेवर शिजवत ठेवतो आणि पदार्थ तयार होण्याची वाट पाहतो, त्याचप्रमाणे याही परिस्थितीत असेच करावे.

आपण एखादी समस्या सोडवण्यासाठी मोठी झटापट करत आहात किंवा एखाद्या व्यक्तीचे नाव तुम्हाला काही केल्या आठवत नसेल, तर तुमच्या मनाचा बॅक बर्नर तुमची मदत करण्यासाठी कायम तत्पर असतो. ज्या प्रश्नांवर आपल्याला तात्कालिक उत्तर मिळत नसते, अशा प्रश्नांवरदेखील हा बॅक बर्नर अनेकदा शांत, सौम्य आणि योग्य असे उत्तर प्रदान करतो.

बॅक बर्नर हा नकाराचा किंवा विलंब करण्याचा उपाय नाही. जर तुम्हाला

स्वतःच्या समस्या बॅक बर्नरवर ठेवायच्या असतील, तर आपण बॅक बर्नर बंद करून टाकत नाही. समस्येचे सक्रिय विश्लेषण करण्याऐवजी त्याला मनात राहू देतो. ही साधीशी वाटणारी कल्पना तुमच्या अनेक समस्या सोडवण्याची संधी देईल आणि तुमच्या जीवनातून तणाव दूर करण्यासाठी आणि कमीत कमी प्रयत्न करावे लागण्यासाठी साहाय्यभूत ठरेल.

२६

आभार कसे मानू शकेन, याचा दररोज विचार करा

ही छोटीशी कार्यशैली अमलात आणण्यासाठी तुम्हाला अवघी काही सेकंद लागतील. मी स्वतःला लावून घेतलेल्या चांगल्या सवयींमधील ही सर्वांत महत्त्वाची सवय आहे. ज्या व्यक्तीचे मी आभार मानू शकेन अशा एखाद्या व्यक्तीपासून आपण आपल्या दिवसाची सुरुवात करावी असा प्रयत्न मी सुरू केला. माझ्यासाठी कृतज्ञता व्यक्त करणे आणि शांतता मिळवणे या दोन्ही एकत्रितपणे चालणाऱ्या गोष्टी आहेत. जितक्या सहजतेने आणि उदारतेने मी माझ्या जीवनातील भेटींसाठी आभार व्यक्त करेन, तितकाच शांती देणारा अनुभव मला प्राप्त होणार आहे. आभार व्यक्त करण्याचा अभ्यास म्हणूनच महत्त्वाचा ठरतो.

जर तुम्हीही माझ्यासारखेच असाल तर तुम्हीही जीवनात अनेक लोकांचे कृतज्ञ असाल. मित्र, कुटुंब आणि आपल्या भूतकाळाशी जोडलेले लोक, अध्यापक, गुरू, कामाच्या ठिकाणी आपल्याशी जोडल्या गेलेल्या व्यक्ती, आपल्याला ज्याने काम मिळवून दिले अशी एखादी व्यक्ती आणि त्याचबरोबर इतर असंख्य लोक अशा सगळ्यांसाठीच आपण कृतज्ञतेचा भाव राखणे गरजेचे आहे. जीवनातील या सर्वांत सुंदर भेटीसाठी आपण त्या परम ईश्वरी सत्तेचे आभारी राहू शकतो किंवा निसर्गातील सौंदर्याचाही गौरव करू शकतो.

लोकांचे आभार मानण्याचा तुम्ही जेव्हा कधी विचार कराल, तेव्हा लक्षात घ्या ती व्यक्ती कुणीही असू शकते, अगदी कुणीही! गर्दीत तुम्हाला पुढे जाऊ देणारी किंवा तुमच्यासाठी दरवाजा उघडा ठेवणारी, तुमचा जीव वाचवणारा एखादा चिकित्सक यांपैकी कुणीही असू शकतात. यात सगळ्यात महत्त्वाचा मुद्दा हा, की तुम्ही तुमचे लक्ष आभार मानण्याच्या भूमिकेवर केंद्रित करायचे आहे आणि हे काम सकाळी उठल्याबरोबर करायला हवे.

माझे मन हे नकारात्मकतेच्या विविध रूपांकडे लवकर आकर्षित होते हे माझ्या खूप अगोदरच लक्षात आले होते. माझ्याबाबतीत जेव्हा कधी असे होते, तेव्हा सर्वप्रथम आभाराची भावना मनातून निघून जाते. मी माझ्या जीवनात आलेल्या लोकांचा चुकीच्या पद्धतीने लाभ घेऊ लागतो. ज्यांच्याविषयी माझ्या

मनात स्नेहभाव होता, त्यांच्याविषयी माझ्या मनात द्वेष आणि तिरस्कार निर्माण होतो. मी माझ्या जीवनात चांगल्या गोष्टींवर लक्ष केंद्रित करायला हवे याची जाणीव मला या अभ्यासातून होते. जिच्याविषयी मी आभार व्यक्त करायला हवेत, अशी एखादी व्यक्ती डोळ्यांसमोर आणतो; तेव्हा आपसूकच आणखी एक व्यक्ती माझ्या डोळ्यांपुढे येते. एकापाठोपाठ एक अशा आणखी व्यक्ती येऊ लागतात. त्याचप्रमाणे मी ज्या गोष्टींविषयी आभार व्यक्त केले पाहिजेत, अशा इतर गोष्टीही माझ्या नजरेसमोर येऊ लागतात. उदा., माझे आरोग्य, माझी मुले, माझे घर, माझे करियर, माझ्या पुस्तकांचे वाचक, माझे स्वातंत्र्य आणि ही यादी अशीच निरंतर वाढत जाते.

जरी ही सूचना तुम्हाला काहीशी विचित्र वाटली तरी वास्तवात ती योग्य आहे. जर तुम्ही मनात कृतज्ञतेचे भाव घेऊनच सकाळी उठलात, तर तुमच्या मनाला शांतीच्या अनुभूतीखेरीज दुसरा अनुभव येणे निव्वळ अशक्य आहे.

२७

अनोळखी माणसांकडे पाहून छान स्मित करा, त्यांच्या डोळ्यांमध्ये पाहा आणि त्यांना हॅलो म्हणा

आपल्या समोर येणाऱ्या लोकांकडे आपण किती लक्षपूर्वक पाहतो याचा विचार आपण कधी केला आहे का? असे का होते? आपण त्यांना घाबरतो का? अनोळखी असणाऱ्या लोकांसमोर आपण मोकळ्या मनाने भेटत नाही असे का होत असावे? या प्रश्नाचे उत्तर मलाही अगदी नेमकेपणाने सांगता येणार नाही. परंतु, अनोळखी व्यक्तींसोबत असणारे आपले वर्तन आणि आपली एकूण प्रसन्नता यांच्यात खूप सारे अंतर असते. दुसऱ्या शब्दांत सांगायचे तर, समोरच्या व्यक्तीच्या नजरेला नजर न मिळवणारी, मान खाली घालून वावरणारी व्यक्ती जी आतून शांत असते, अशी व्यक्ती भेटणे खरोखरच अवघड आहे.

बहिर्मुखी असण्यापेक्षा अंतर्मुख असणे चांगले आहे किंवा दुसऱ्यांचा दिवस आनंदी करण्यासाठी आपली स्वतःची खूप मोठी ऊर्जा घालवत राहा किंवा मैत्रीपूर्ण व्यवहार असल्याचा दिखावा करा असे काहीही मला म्हणायचे नाही. मी तुम्हाला सुचवू पाहतो आहे की, जर तुम्ही अनोळखी व्यक्तींनाही आपल्यासारखेच मानाल आणि त्यांच्याशी केवळ दयाळूपणाने नाही तर आदरपूर्वक वागाल, त्यांच्या नजरेला नजर देऊन त्यांच्याकडे पाहून स्मितहास्य कराल, तर तुम्हाला तुमच्या मनामध्येदेखील काही चांगले बदल नक्की जाणवतील.

या बदलानंतर आजूबाजूचे अनेक लोक तुमच्यासारखेच आहेत असे तुम्हाला वाटू लागेल. त्यांनाही अनेकांना त्यांचे त्यांचे कुटुंब परिवार आहेत, स्नेहीजन आहेत, त्यांनाही समस्या, अडचणी, आवडी-निवडीदेखील आहेत. तुम्हाला हा देखील अनुभव येईल की, जेव्हा तुम्ही एखाद्याकडे पाहून स्मितहास्य कराल तेव्हा लोकांनाही ते अतिशय छान वाटते आणि त्यांच्या मनात तुमच्या प्रति आदराची भावना निर्माण होते. आपण किती एकसारखे आहोत ही जाणीव होते तेव्हा सगळ्यांच्या मनात दडलेली निरागसता आपल्याला दिसू लागते. दुसऱ्या शब्दांत सांगायचे तर, आपल्यातील अनेकजण चिंताक्रांत असतात परंतु आपल्या पद्धतीने आपल्या सगळी परिस्थिती नीट हाताळायचीसुद्धा असते. जेव्हा आपण इतरांमधील निरागसता पाहू लागता तेव्हा आपल्याही मनामध्ये एक आंतरिक प्रसन्नता निर्माण होत जाते.

२८

शांत बसण्यासाठी दररोज स्वतःसाठी वेळ काढा

मी आत्ता जेव्हा ही युक्ती तुम्हाला सांगतो आहे, तेव्हा सकाळचे साडेचार वाजलेले आहेत. दिवसातील हा माझा सगळ्यात आवडीचा वेळ आहे. माझी पत्नी आणि मुले जागी होण्यापूर्वी किंवा फोन वाजायला सुरुवात व्हायलाही अजून एक-दीड तासांचा अवधी आहे. या वेळेत मला कुणीही अमुक गोष्ट कर म्हणून सांगणार नाही. बाहेर खूप शांतता आहे आणि मी अगदी संपूर्णतः एकांतात आहे. एकटा असल्याने मला अधिक चांगली ऊर्जा प्राप्त होऊ शकते आणि मी शांतपणे कामावर लक्ष केंद्रित करू शकतो. किंवा या एकांताचा आनंद घेऊ शकतो.

मी गेल्या दशकभरापासून तणाव व्यवस्थापन या विषयामध्ये काम करतो आहे. या काळात अनेक असामान्य लोकांशी माझी प्रत्यक्ष भेट झाली. मला त्यात असे अनेक लोक भेटले, जे आतून खूप शांत आहेत आणि दररोज शांत भावनेने ते कठोर मेहनत करतात. स्वतःसाठी कमीत कमी दहा मिनिटांचा वेळ देतात आणि त्यामध्ये ध्यान किंवा योग करतात, निसर्गाचे संरक्षण करण्यासाठी वेळ देतात किंवा स्वतःसाठी वेळ देऊन शांतपणे आंघोळ करतात. स्वतःसाठी वेळ दिल्यामुळे दिवसभरात त्यांच्या मनातील जो गोंधळ आणि त्रास असतो, त्याचे संतुलन राखण्यासाठी मदत मिळते. व्यक्तिगत पातळीवर जेव्हा मी स्वतःसाठीदेखील वेळ काढतो, तेव्हा उर्वरित सगळ्या दिवसाचे संतुलन राखणेही मला सोपे जाते. त्या उलट ज्या दिवशी मी स्वतःसाठी वेळ देऊ शकत नाही, त्या दिवशी काहीतरी वेगळे आहे असे मला जाणवत राहते.

माझी एक सवय आहे. मी माझ्या मित्रांनीही ती सांगतो. इतरांप्रमाणे मीही दररोज माझी कार चालवत ऑफिसला जातो. ऑफिसमधून निघाल्यानंतर घर जवळ आल्यानंतर मी कार घराजवळ एका ठिकाणी थांबवतो. मी त्या सुंदर जागी काही क्षण थांबतो आणि तिथे थांबून डोळे मिटून दीर्घ श्वास घेतो. असे केल्याने माझे मन हलके होते आणि एक सुखद आनंद मी अनुभवतो. मी ही कल्पना अनेक लोकांना सांगितली. ज्यांच्याकडे एकांत मिळवण्यासाठी वेळच नाही अशा तक्रारी करणाऱ्या लोकांना तर आवर्जून सांगितली. ते कानामध्ये हेडफोन घालून मोठ्या आवाजात रेडिओ ऐकत घरी येत असत. आता त्यांच्या वागण्यात काही बदल झाला असून ते तणावमुक्त होऊन घरी पोहोचतात.

२९

काही वेळ फोन बाजूला ठेवून काम करा

जर तुम्ही माझ्यासारखेच असाल, तर तुमचाही फोन अनेक गोष्टींनी भरलेला असेल. जरी जीवनात ते गरजेचे आहे- निश्चितच बहुतांश लोकांसाठी ते खूप गरजेचे आहे - तरी दुसऱ्या बाजूला उदरनिर्वाहासाठी तुम्ही काय करता, यावर ते अवलंबून असते. जर ते कारण सुसंगत नसेल तर तुमचा फोन तुमच्यासाठी सर्वांत मोठा अडथळा आणि तणावाचे कारण बनू शकतो. कधी कधी तर असे वाटते की जणू आपण सदासर्वकाळ फोनवरच आहोत. आणि जर आपण सातत्याने फोनवर असू, तर अन्य काम करणे खरोखरीच असंभव आहे. जे लोक आपल्याला फोन करत असतात त्यांच्याबद्दल नाराजी आणि व्याकुळता निर्माण होऊ शकते.

एकदा मी एका मॅनेजरच्या ऑफिसमध्ये बसलो होतो, तेवढ्यात त्याचा फोन वाजला. तो एकदम चिडून बोलला, 'फालतू आहे हा फोन प्रकार, कधी बंदच होत नाही तो.' मग त्याने फोन उचलला आणि त्यावर तो पंधरा मिनिटे बोलत राहिला आणि मी त्याची वाट पाहत होतो. जेव्हा त्याने फोन ठेवला तेव्हा त्याला अक्षरशः दम लागला होता आणि तो निराश वाटत होता. थोड्या वेळाने पुन्हा फोन वाजला, तेव्हा त्याने माफी मागितली. त्याने नंतर हे कबूल केले की इतके सारे फोन कॉल घेतल्याने त्याचे काम पूर्ण होण्यात अनेक अडचणी येतात. त्या क्षणी मी त्याला विचारले, ''जेव्हा तुम्ही फोनवर बोलत नसाल तेव्हा तुमचा किती वेळ वाचतो याचा तुम्ही विचार केला आहे का?'' हे ऐकून तो हैराण झाला आणि माझ्याकडे पाहत म्हणाला, ''खरं सांगायचं तर असं कधीच झालेलं नाही.'' माझ्या सूचनेनंतर त्याला दिलासा तर मिळालाच परंतु अधिक काम करण्याची प्रेरणाही मिळाली. अनेक लोकांप्रमाणेच त्याला सातत्याने काम करण्यासाठी खूप सारे तास नको आहेत तर काही तासांचाच अवधी हवा आहे. कारण तोच एक होता जो अनेक फोन कॉलला उत्तरेच देत नव्हता. कित्येकदा उत्तर देण्यासाठी किंवा प्रतिक्रिया देण्यासाठी जाणारा वेळ वाचवू शकत होता. तो म्हणू शकला असता, ''जॉन, माझ्याकडे केवळ दोन मिनिटांचा अवधी आहे, पण मी तुला पुन्हा फोन करतो.''

आपण फोनवर खूप अवलंबून राहतो आणि त्याचा विभिन्न प्रकारांनी वापर करण्याची सवय आपल्याला जडलेली आहे. जर तुम्ही रिसेप्शनिस्ट, टेलिफोन

ऑपरेटर, किंवा सेल्समन असाल तर ही युक्ती कामी येईलच असे नाही. तरीही अनेक लोकांसाठी ही कल्पना एखाद्या जीवनरक्षकासारखी उपयुक्त ठरू शकते.

विविध ठिकाणी विविध पद्धतीने या युक्तीचा वापर केला जाऊ शकतो. दिवसभरात मला अशी संधी बऱ्याचदा मिळते की, ज्या मधल्या वेळेमध्ये मी फोनची रिंग बंद ठेवतो. अगोदरपासून ठरलेले किंवा अगदी तातडीचे (असे अगदीच कमी असतात) इतकेच कॉल घेतो. त्याव्यतिरिक्त मी कोणताही कॉल घेत नाही. त्यामुळे अनेक नव्या योजनांवर कोणत्याही अडथळ्याविना काम करण्यासाठी आवश्यक असणारा योग्य वेळ मला प्राप्त होतो.

जर तुम्ही घरीच काम करीत असाल (किंवा असे एखादे काम असेल जे घरून करता येण्यासारखे आहे) तर ही युक्ती एखाद्या चमत्काराप्रमाणे काम करते. अगदी सोप्या पद्धतीने ती आजमावता येऊ शकते. सर्वसाधारणपणाने हे ठरवून घ्यावे की दिवसाच्या काही ठरावीक वेळी तुम्ही कोणत्याही फोन कॉलचे उत्तर देणार नाही. त्यामुळे आपल्याला आपले नियोजित आणि गरजेचे काम करण्यासाठी योग्य वेळ मिळेल.

मी असे मानतो की या युक्तीचा अवलंब केल्याने ताणापासूनही मुक्ती मिळू शकते. बऱ्याच बाबींमध्ये हे लाभदायक ठरते. त्यामुळे हा उपाय अवलंबणे उत्तम ठरते. आपल्या कार्यक्षेत्रात येणारे फोन कॉल तर कमी होणार नाहीत. मी असे अनुभवले आहे की मी जेव्हा फोनपासून दूर असतो, तेव्हा माझ्या कामावर दुप्पट किंवा तिप्पट ताकदीने मी लक्ष केंद्रित करू शकतो. जेव्हा सगळे काम पूर्ण होते, तेव्हा वाचलेल्या वेळेमध्ये मी त्या उर्वरित फोन कॉल्सना उत्तरे देतो.

३०

आपल्या जीवनाशी जोडलेल्या लोकांना लहान मुलांच्या आणि शंभर वर्षांच्या वृद्धांच्या रूपात पाहा

मी ही युक्ती सुमारे वीस वर्षांपूर्वी शिकलो होतो. दुसऱ्या लोकांमुळे होणारी आपली चिडचिड समाप्त करण्याचा हा सर्वांत उत्तम मार्ग ठरला आहे.

ज्या व्यक्तीचा आपल्याला सर्वाधिक राग येतो, त्या व्यक्तीविषयीच विचार करा. आता डोळे बंद करा आणि ती व्यक्ती जणू एखादे लहान मूल आहे, असे समजा. त्याची निरागसता आणि त्याचे निष्पाप डोळे पाहा. लहान मुले कुणाची मदत करू शकत नाही, परंतु ती अजाणतेपणाने चुका करू शकतात. आपणही लहानपणी असेच होतो. आता हेच वयाचे घड्याळ शंभर वर्षे पुढे घेऊन जा. तीच व्यक्ती आता खूप जखखड म्हातारी झालेली आहे अशी कल्पना करा. जवळपास ती मरणाच्या दारात उभी आहे. तिची सुरकुतलेली त्वचा आणि खोल गेलेले डोळे पाहा. त्यात बुद्धिमत्ताही दिसेल आणि आपल्या चुका स्वीकारण्याची तयारीही दिसेल. काही दशकांनंतर आपणही सारे असेच होणार आहोत– जिवंत किंवा मृत.

या तंत्राचा वापर करून तुम्ही प्रयोग करू शकता आणि विभिन्न परिस्थितीमध्ये त्याचा वापर करून परिवर्तन घडवू शकता.

हा प्रयोग केल्यानंतर नेहमीच एक करुणेची भावना आणि एक नवीन दृष्टी प्राप्त होते. जर तुम्हाला शांत आणि प्रिय बनायचे असेल, तर कुणाच्याच विषयी आपल्या मनात नकारात्मक भावना येता कामा नये.

३१

सर्वांत अगोदर समजून घेणारे बना

स्टीफन कोवे यांनी लिहिलेल्या 'सेवन हॅबिट्स ऑफ हायली इफेक्टिव्ह पीपल' या पुस्तकातून ही कल्पना घेतलेली आहे. ही युक्ती आपल्याला अतिशय समाधानी व्यक्ती बनण्यास निश्चितपणाने मदत करते. (आणि तुम्ही नक्कीच अधिक प्रभावीसुद्धा व्हाल.)

जेव्हा तुम्ही इतरांना समजून घेण्यामध्ये रस दाखवता आणि लोकांनी तुम्हाला समजून घ्यावे याची कमीत कमी अपेक्षा बाळगता, तेव्हा 'सर्वांत अगोदर समजून घेणारे बना' ही कल्पना महत्त्वाची आणि गरजेची ठरते. जर तुम्हाला गुणवत्तापूर्ण आणि हसतखेळत संवाद साधायचा असेल आणि तो संवाद दोघांसाठी पोषक ठरावा असे वाटत असेल, तर दुसऱ्यांना प्रथमतः आपण समजून घेणे खूप महत्त्वाचे ठरते. लोक कुठून येत आहेत, त्यांना नेमके काय म्हणायचे आहे, त्यांच्यासाठी काय गरजेचे आहे, हे जेव्हा तुम्हाला समजू लागते, तेव्हा त्यांना समजून घेणे सोपे होते. मग तुम्हाला अधिक मेहनत घेण्याची गरज पडत नाही. सारे काही सहजतेने आपल्याला समजू लागते आणि त्यासाठी काही विशेष अतिरिक्त प्रयत्न करावे लागत नाहीत.

जेव्हा तुम्ही याच युक्तीचा उलट प्रयोग करता (आपल्यातील बहुतांश लोक हे करतात) तेव्हा तुम्ही बरोबर विरुद्ध दिशेने चालत असता. जेव्हा तुम्ही स्वतः दुसऱ्याला समजून न घेता अशी अपेक्षा करता की, दुसऱ्यांनी तुम्हाला समजून घ्यावे, तेव्हा तुमचे प्रयत्न तुमच्या बरोबरीने समोरच्या व्यक्तीलाही अस्वस्थ करू शकतात. त्यातून संवादाचा धागा तुटू शकतो आणि तुमच्या समोर तुमच्या अहंकाराखेरीज काहीही उरत नाही.

मी एका अशा जोडप्यासमवेत काम केलेले आहे, ज्यांनी आपल्या वैवाहिक जीवनातील पहिली दहा वर्षे फक्त 'पैसा' या विषयावर वादविवाद करून निराशा प्राप्त करण्यात घालवली.

आपली पत्नी कमाईतील एक एक पैसा वाचवण्यासाठी धडपडते आहे हे त्या पतीला कधी कळलेच नाही आणि आपला पती इतके पैसे का उधळतो, हे पत्नी

कधी समजून घेऊ शकली नाही. दोघेही निराश झालेले असल्याने वागण्यातली तर्कसुसंगतता हरवून बसले होते. त्यांच्या समस्येपेक्षा इतरही मोठ्या समस्या असू शकतील, परंतु दोघांपैकी कुणीही समोरच्याला समजून घ्यायलाच तयार नव्हते. एकमेकांना सतत टोमणे मारणे कसे थांबवायचे आणि एकमेकांचे बोलणे लक्षपूर्वक कसे ऐकायचे, हे त्यांना शिकायचे होते. आपल्याला काय वाटते आहे ते दुसऱ्याला पटवून देण्याचा आटापिटा करण्याऐवजी दुसऱ्याला प्रथमतः समजून घ्यायचे होते. मी त्यांना हेच करण्याचा सल्ला दिला. आपल्या आई-वडिलांकडे पुरेसे पैसे नसल्याने, त्याच्या झळा सहन केल्याने पत्नीला आर्थिक सुरक्षा हवी होती, म्हणून ती पैसे साठवत होती हे पतीला समजले. या उधळेपणापायी परिस्थिती हाताबाहेर जाऊन सगळं विस्कटू नये ही भीती तिच्या मनात होती. पत्नीलाही हे समजले की आपला पती इतके पैसे का उधळतो? त्याचे वडील ज्या पद्धतीने आईची काळजी घ्यायचे आणि तिला हवं - नको ते सारं पाहायचे, तसे आपण करू शकत नाही अशी खंत मनात असल्याने तो पती सतत तिच्यावर पैसे उधळत राहायचा. दोघांनाही जेव्हा या परस्परांच्या भूमिका समजल्या, तेव्हा त्यांच्या त्राग्याचे रूपांतर प्रेमात झाले. पैसे खर्च करणे आणि बचत करणे याबाबतीत दोघांमध्ये आता एक समजूतदारपणा आलेला आहे.

सर्वांत अगोदर समजून घेणे याचा अर्थ एक योग्य आणि दुसरा अयोग्य असा नक्कीच नाही. प्रभावी संवादाचा हा एक पैलू आहे. जेव्हा तुम्ही या युक्तीचा उपयोग करता, तेव्हा लक्षात येईल की ज्या लोकांशी तुम्ही संवाद साधता ते लोक तुमचे म्हणणे लक्षपूर्वक ऐकतात आणि समजून घेतात. यातून आपले परस्परसंबंध अधिकच चांगले आणि स्नेहपूर्ण बनतात.

३२

एक चांगला श्रोता बना

मी मोठा होईपर्यंत मला हा विश्वास होता की मी एक चांगला श्रोता आहे. खरं तर दहा वर्षांपूर्वी होतो त्यापेक्षा चांगला श्रोता आज बनलो आहे. परंतु अजूनही एक चांगला श्रोता बनण्यासाठी मला बरीच मेहनत घ्यायला हवी, असे मला वाटते.

एक प्रभावी श्रोता बनायचे असेल तर पाळायचे पहिले पथ्य हे की जेव्हा दुसरी व्यक्ती बोलत असेल किंवा त्याचे म्हणणे सांगत असेल, तर ते संपेपर्यंत मधेच बोलू नये. जेव्हा कुणी बोलत असेल तेव्हा त्याचे म्हणणे मनापासून ऐकावे. तो कधी एकदा त्याचे बोलणे संपवतोय आणि मी कधी त्याला उत्तर देतोय याची निष्कारण घाई करू नये.

अनेकदा तर जर आपण दुसऱ्याचे म्हणणे नीट ऐकून घेण्याच्या बाबतीत असमर्थ असू तर कदाचित आपण आपल्या व्यक्तिगत जीवनातही असमर्थ असतो. अनेकदा आपला संवाद हा एखाद्या धावण्याच्या स्पर्धेसारखा सुरू असतो. बरेचदा आपला प्रयत्न हाच राहतो की जेव्हा समोरची व्यक्ती बोलते आहे, तिचे बोलणे संपल्याबरोबर माझे बोलणे सुरू व्हायला हवे. मध्ये क्षणभराचाही अवकाश राहता कामा नये यावर आपले लक्ष केंद्रित असते.

मी आणि माझी पत्नी एका रेस्टॉरंटमध्ये दुपारी जेवायला गेलो होतो आणि आजूबाजूला बसलेल्या लोकांचे संवाद कानावर पडत होते. असे वाटत होते की कुणालाच दुसऱ्याचे म्हणणे लक्षपूर्वक ऐकायचे नाही. त्याऐवजी प्रत्येकजण आपले घोडे पुढे दामटण्यासाठी आतुर झालेला होता. मी माझ्या पत्नीला विचारले, मीसुद्धा असंच करतो का? तिच्या चेहऱ्यावर हसू आले आणि ती म्हणाली, ''कधी कधीच.''

आपल्या बाजूने शांतपणे संयमाने प्रतिक्रिया देणे आणि समोरच्या व्यक्तीचे म्हणणे अधिक चांगल्या रीतीने ऐकणे या दोन्ही गोष्टी तुमच्या व्यक्तिमत्त्वाला एक वेगळी उंची आणि वलय प्रदान करतात. त्यातून आपलेच त्रास कमी होतात. आपल्या समोर बसलेल्या किंवा फोनवर बोलणाऱ्या व्यक्तीचे म्हणणे ऐकून त्याला उत्तर देणे या ताणामुळे आपली किती मोठी ऊर्जा खर्च होते याची जाणीव

आपल्याला होते. परंतु जेव्हा आपण संयमाने समोरच्या व्यक्तीचे म्हणणे लक्षपूर्वक ऐकतो, त्याचे म्हणणे संपण्याची वाट पाहतो, तेव्हा आपल्या मनावर कुठलाही ताण किंवा ओझे राहत नाही. आपल्यालाच हलके असल्यासारखे वाटते आणि ज्या व्यक्तीशी तुम्ही बोलत असता त्या व्यक्तीच्याही मनात तीच भावना निर्माण होते. तुमच्याशी बोलताना कोणताही संघर्ष न झाल्याने त्यालाही शांती मिळते. असे केल्याने तुम्ही एक चांगला श्रोता तर बनताच, पण एक शांत व्यक्तीही बनता. तुमच्यातील चांगल्या गुणवत्तेला पुढे आणण्याचे काम त्यातून होते. जो आपले म्हणणे नीट ऐकून घेतो अशा कोणत्याही व्यक्तीशी बोलायला दुसऱ्या व्यक्तीला अगदी निश्चितपणाने चांगले वाटते.

३३

आपली खेळी विचारपूर्वक निवडा

'आपली खेळी विचारपूर्वक निवडा' हे वाक्य पालकत्वाच्या संदर्भात नेहमी वापरले जाते, परंतु समाधानी जीवनाच्या संदर्भातदेखील ते तितकेच उपयोगी ठरणारे आहे. त्याचा अर्थ असा आहे की, जीवन हे कायमच अनेक संधींनी भरलेले असते. त्यामध्ये आपण काही संधी सोडून देत त्यापेक्षा अधिक चांगल्या संधींची निवड केली पाहिजे. लक्षात घ्या, असे करणे गरजेचे असते. जर तुम्ही तुमची खेळी विचारपूर्वक निवडली तर तुम्ही त्या खेळीत सहजतेने विजय मिळवू शकता. ते तुमच्या दृष्टीने खूप गरजेचे असते.

कधी कधी असे होते की एखाद्या गोष्टीसाठी तुम्हाला दुसऱ्यांशी वाद घालावा लागतो. त्यांच्या विरोधात जावे लागते किंवा त्यांच्याशी तुमची भांडणेही होतात. अनेकदा लोक छोट्या छोट्या गोष्टींसाठीसुद्धा वाद घालतात, विरोध दर्शवतात आणि भांडणे करतात. त्यामुळे जीवनात खूप तणाव राहतो. मग आपण कोणत्या दिशेने चाललो आहोत, याचाच नेमका विसर पडू लागतो.

जर प्रत्येक काम तुमच्या पद्धतीनेच पूर्ण व्हावे असे तुम्हाला वाटत असेल (कळत-नकळतसुद्धा) तर छोटेसे वाद किंवा तुमच्या योजनेतील थोडेसे फेरबदलसुद्धा आपल्यासाठी संकटाचे निमित्त ठरू शकतात. पुस्तकाच्या संदर्भात सांगायचे झाले तर हे असे वागणे अप्रसन्नता आणि त्रास वाढवणारेच ठरते.

आपल्याला जीवन जसे हवे तसे कधीच नसते, त्याचप्रमाणे आपल्याला हवे तसेच काम लोक करतील असेही कधी होत नाही.

प्रत्येक क्षणाक्षणाला जीवनात असे काही पैलू समोर येत असतात ज्यातील काही आपल्याला आवडतात, काही आवडत नाहीत. आपल्या मतांशी सहमत नसतील असे लोक आपल्याला भेटतात. ते लोक वेगळ्या पद्धतीने काम करतात आणि कदाचित ते तुम्हाला हवे तसे नसते. जीवनाचा हा नियमच जर तुम्हाला मान्य नसेल तर उर्वरित जीवन अशा लढाया लढण्यातच व्यतीत होऊन जाईल.

म्हणूनच जर आपल्याला शांतपणे जीवन जगायचे असेल तर कोणत्या गोष्टीसाठी आग्रही राहणे गरजेचे आहे आणि कोणते विषय सोडून देणे गरजेचे

आहे, याचा नीट विचार करून निर्णय घ्यावा लागतो. सारे काही परिपूर्ण असावे आणि तरीही जीवन तणावमुक्त असावे, असे वाटत असेल, तर बहुतांश लढाया किंवा शत्रुत्व तुम्हाला मानसिक शांततेपासून दूर घेऊन जाईल. आपला सहकारी चुकीचा आणि आपणच बरोबर हे सिद्ध करणे किंवा अगदी क्षुल्लक चुकीबाबतही हिरीरीने वादात उतरून वितंडवाद घालणे हे खरोखरीच गरजेचे असते का?

रेस्टॉरंट किंवा चित्रपटाला जाण्यासंदर्भात होणाऱ्या वादात तुमची निवड महत्त्वाची असते का? कारवर थोडा ओरखडा उमटला म्हणून नुकसानभरपाईसाठी तुम्ही कोर्टात जाणार का? आपल्या शेजाऱ्याने गल्लीच्या कोपऱ्यावर त्याची गाडी उभी करता कामा नये, ही चर्चा तुम्ही कुटुंबासमवेत जेवण करताना करता का? अशा कितीतरी क्षुल्लक गोष्टी आहेत, ज्याच्याशी लोक झगडत राहतात. प्रत्येकाने स्वतःची यादी पाहावी. जर ती मी दिलेल्या यादीप्रमाणे असेल तर आपल्या प्राथमिकता नेमक्या काय आहेत, याचा पुनर्विचार करण्याची अगदी निश्चितपणाने गरज आहे.

छोट्या छोट्या गोष्टींसाठी चिंता करायची नसेल तर तुम्हाला तुमची खेळी खूप विचारपूर्वक निवडावी लागेल. जर तुम्ही असे केले तर एक दिवस असा येईल ज्या दिवशी तुमच्या मनात लढण्याची इच्छाच उरणार नाही आणि मन शांतीने भरून जाईल.

३४

आपला मनोभाव जाणून घ्या आणि कमी महत्त्वाच्या मनोभावांनी मूर्ख बनू नका

तुमचा मूड किंवा तुमची वृत्ती तुमच्यासमवेत कपट करू शकते. हे कपट असे असू शकते की ज्यामुळे तुम्हाला असे वाटू लागेल की आपले जीवन आहे त्याच्यापेक्षा कितीतरी वाईट आहे. जेव्हा तुमचा मूड चांगला असतो तेव्हा जीवन खूप सुंदर वाटू लागते. तुमच्याकडे स्वतःचा दृष्टिकोन, समजूतदारपणा आणि बुद्धिमत्ता आहे. चांगला मूड असेल तर काम अवघड वाटत नाही. समस्याही तेवढ्या क्लिष्ट वाटत नाहीत आणि त्यांचे उत्तरही सहज मिळेल असे वाटते. जेव्हा मूड चांगला असेल तेव्हा परस्परसंबंध चांगल्यारीतीने जपले जातात आणि संवादही चांगल्या रीतीने होतो. तुमच्यावर कुणी टीका केली तरी ती आपण फार मनाला लावून घेत नाही.

याच्या उलट जर तुमचा मूड ठीक नसेल तर जीवन खूप नीरस आणि कंटाळवाणे वाटू लागते. तुमचा दृष्टिकोन खूप संकुचित होऊन जातो. अनेक गोष्टी आपण निष्कारण व्यक्तिगत पातळीवर घेऊ लागतो. आपल्या जवळपास असणाऱ्या लोकांवर आपण संशय घेऊ लागतो. त्यांच्या प्रत्येक कामामध्ये काहीतरी षड्यंत्र आहे असे आपल्याला वाटू लागते.

ज्या लोकांना आपल्या मूडचा अंदाजच येत नाही, ते लोक कायमच घाईत असतात. कालच्या दिवसापेक्षा किंवा गेल्या तासापेक्षा आत्ताचे जीवन हे अधिकच वाईट झालेले आहे असे त्यांना वाटते. त्यामुळे सकाळी ज्याचा मूड चांगला असतो तो आपली पत्नी, आपली नोकरी आणि आपली कार यांच्यावर खूप मनापासून प्रेम करतो. कदाचित तो आपल्या भविष्याविषयीदेखील अधिक आशावादी असतो. आपल्या भूतकाळाविषयी तो कायम कृतज्ञ असतो. परंतु दुपारनंतर त्याचा मूड बिघडतो आणि तो असा काही वागू लागतो की त्याला त्याची नोकरी अजिबात आवडेनाशी होते. पत्नी त्याला डोकेदुखी वाटू लागते आणि त्याची कार त्याला खटारा वाटू लागते. त्याची व्यावसायिक कारकीर्द समाप्त होत चालली आहे असे तो मानू लागतो. जेव्हा त्याचा मूड खराब असतो आणि आपण त्याला जर त्याच्या बालपणाविषयी विचारले तर तो नक्की सांगतो की त्याचे बालपण फार संकटग्रस्त होते. वर्तमानातही त्याची जी स्थिती आहे, त्यासाठी तो त्याच्या आई-वडिलांनाच

दोष देऊ लागतो.

अशी स्थिती मूर्खपणाची आणि हास्यास्पद असते, परंतु आपण सगळेच असे वागत असतो. मूड चांगला नसताना आपण आपला दृष्टिकोन विसरून जातो आणि सारे काही संकटात आहे असे आपल्याला वाटू लागते. जेव्हा मूड चांगला असतो तेव्हा सारे काही चांगले वाटत असते हेही आपण विसरूनच जातो. एकसारख्या दिसणाऱ्या परिस्थितीनुसार आपण अनुभव घेत असतो. आपले लग्न कुणाशी झाले, आपण कोणती कार चालवतो, आपले सामर्थ्य, आपले बालपण हे सारे आपल्या मूडवर अवलंबून असते. जेव्हा आपला मूड खराब असतो, तेव्हा काही काळाने आपला मूड ठीक होणार आहे असा विचार करण्याऐवजी आपण जीवनालाच दोष द्यायला सुरुवात करतो. त्यामुळे काही काळापूर्वी जे जीवन होते किंवा अगदी एक-दोन तासांपूर्वी जे जीवन होते, त्याच्या तुलनेत आताचे जीवन आणखी बदलले आहे, आणखी वाईट झाले आहे, असे आपल्याला वाटू लागते.

वस्तुस्थिती ही आहे की आपला मूड खराब असताना आपल्याला जितके वाटते तितके जीवन कधीच वाईट नसते. वाईट मूड घेऊन राहण्यापेक्षा जीवनातले जे वास्तव आहे, ते स्वीकारणे केव्हाही चांगले. हे का झाले असावे? आपण या प्रश्नाचा विचार करू शकतो. भलेही मी आता संतापलेला आहे, असुरक्षित आणि तणावग्रस्त आहे, कारण आत्ता माझा मूड चांगला नाही, जेव्हा जेव्हा माझा मूड चांगला नसतो तेव्हा मी असाच काहीसा नकारात्मक होतो. जेव्हा तुमचा मूड चांगला नसेल तेव्हा तो काळ तसाच जाऊ द्या. ही मानवी मनाची एक अवस्था असून ती प्रत्येकाच्या आयुष्यात येते. वेळ जाईल तशी परिस्थिती निश्चितपणाने बदलते. फक्त गरज आहे त्या वेळी त्या स्थितीला एकाकी सोडून देण्याची. जेव्हा कधी तुमचा मूड चांगला नसेल तेव्हा आपल्या जीवनाचे विश्लेषण करू नका, कुठलाही निष्कर्ष काढू नका. असे केल्यास ती भावनात्मक आत्म हत्याच ठरेल. खरोखरीच आपली जर एखादी समस्या असेल, तर तुमचा मूड ठीक झाल्यानंतरही ती तशीच राहणार आहे. फक्त आपला मूड जेव्हा ठीक असेल, तेव्हा त्याविषयी कृतज्ञ राहायला शिका. मूड चांगला नसताना आभार व्यक्त करा परंतु त्या परिस्थितीला नको इतक्या गांभीर्याने घेऊ नका. पुढच्या वेळी जेव्हा कोणत्याही कारणाने तुमचा मूड चांगला नसेल तेव्हा स्वतःला याचे स्मरण नक्की करून द्या, ''हीसुद्धा वेळ निघून जाणार आहे. निश्चितपणाने जाणार आहे.''

३५

जीवन ही निव्वळ एक परीक्षा आहे.

माझ्या एका आवडीच्या पोस्टरवर लिहिलेले एक वाक्य आहे, 'जीवन ही एक परीक्षा आहे, फक्त एक परीक्षा.' जर हे वास्तवातील जीवन आहे, तर नेमके कुठे जायचे आहे आणि काय करायचे आहे हे आपल्याला माहीत आहे. मी जेव्हा जेव्हा बुद्धिमत्तेने भरलेल्या या गमतीशीर गोष्टीचा विचार करतो, तेव्हा मला ही गोष्ट फारशा गांभीर्याने न घेण्याची आठवण करून देते.

जीवनाला आणि त्यातल्या आव्हानांना तुम्ही जेव्हा एखादी परीक्षा समजता, तेव्हा तुम्ही यशस्वी होण्यासाठी प्रत्येक गोष्टीकडे एक संधी म्हणून आणि संकटांना झेलण्याची क्षमता म्हणून पाहता.

तुमच्यावर विविध समस्या सोडवण्याचे किंवा जबाबदाऱ्यांचे ओझे असेल, न संपवता येणारे अडथळे असतील, तरीही त्याकडे एक परीक्षा म्हणून पाहिल्याने यशस्वी होण्याची आणि सर्व आव्हानांना पार करण्याची संधी तुम्हाला प्राप्त होते. दुसऱ्या बाजूला प्रत्येक आव्हानाकडे तुम्ही एखाद्या आव्हानासारखे पाहत असाल आणि त्यावर तुम्हाला मात करायची आहे, अशी तुमची धारणा बनली असेल, तर ते एखाद्या खडकाळ रस्त्यातून चालण्यासारखे ठरते. अशी परिस्थितीत जेव्हा सारे काही तुमच्या मनाप्रमाणे होत असेल, तेव्हाच तुम्हाला छान वाटते. आणि आपण सारेच जाणतो की अशी स्थिती क्वचितच असते.

एक परीक्षण म्हणून आपण पाहूया की या आव्हानाच्या कसोटीवर आपण यशस्वी होतो की नाही. तुमचा वाया गेलेला आणि चुकीच्या मार्गाला लागलेला तरुण मुलगा किंवा तुमचा तिरकस, चक्रम डोक्याचा बॉस उदाहरणादाखल घेऊ. आता पाहूया की या समस्येकडे तुम्ही कशा पद्धतीने बघता?

त्या समस्येशी दोन हात करीत राहण्यापेक्षा त्यातून आपण काय शिकू शकतो हे पाहिले तर? माझ्या जीवनात ही समस्या का आली आहे, हा प्रश्न स्वतःलाच विचारून पाहा. त्याचा अर्थ काय आहे आणि त्याचा परिणाम काय होऊ शकतो? या समस्येचा मी वेगळ्या पद्धतीने विचार करू शकतो का? मी त्या समस्येकडे एखाद्या परीक्षेप्रमाणे पाहू शकतो का? असा विचार करा.

जर आपण या युक्तीचा अवलंब केला, तर वरील प्रश्नांच्या उत्तरादाखल तुमच्या बदलत्या प्रतिक्रिया पाहून तुम्हीच हैराण होऊन जाल. उदाहरण म्हणून एक गोष्ट तुम्हाला सांगतो. स्वतःसाठी वेळ काढू शकत नसल्याने त्याविषयी विचार करून मी खूप अस्वस्थ झालो होतो. सगळी कामे पूर्ण करण्यासाठी मी सतत पळत राहायचो. त्यामुळे मी नेहमीच माझे पूर्वनियोजित कार्यक्रम, माझे कुटुंब आणि माझी परिस्थिती किंवा त्याच्याशी संबंधित विविध कारणांना दोष देत असे. किंवा मग ज्याला दोष देणे शक्य होते, त्यावर दोषारोप करून मी मोकळा होत असे. परंतु एक दिवस लक्षात आले की जर मला प्रसन्नचित्त राहायचे असेल तर माझे जीवन संपूर्णतः सुनियोजित असणे आणि मला स्वतःसाठी खूप वेळ मिळणे गरजेचे नव्हते; परंतु सगळी कामे व्यवस्थित होतील आणि त्यांचा माझ्यावर तणाव येणार नाही या बिंदूपर्यंत मला निश्चितपणाने पोहोचायचे होते.

दुसऱ्या शब्दांत सांगायचे झाले तर, माझ्या जीवनातील संघर्षाकडे एक परीक्षा म्हणून पाहणे हेच माझ्या पुढ्यातील सर्वांत मोठे आव्हान होते. या गोष्टीकडे एक परीक्षा म्हणून पाहिल्याने मला सर्वांत मोठ्या आणि व्यक्तिगत पातळीवरच्या आव्हानातून मुक्ती मिळाली. माझ्याकडे पुरेसा वेळ नसतो म्हणून माझा संघर्ष आजही सुरू असतो. परंतु आता हे सारे पूर्वीच्या तुलनेत खूप कमी वेळेला होते. गोष्टी जशा आहेत तशा स्वीकारण्याची मानसिकता माझ्यामध्ये आता तयार होत असल्याने मला हे पूर्वीपेक्षा आता सोपे झाले आहे.

३६

थकण्याचे अंदाज बांधणे बंद करा

अलीकडेच मी सॅन फ्रान्सिस्कोहून शिकागोला निघालो होतो, त्या वेळी एक मूर्खपणाचा संवाद माझ्या कानी पडला. लोक जी चूक वारंवार करतात आणि जी त्यांच्या जगण्याचा भाग बनलेली आहे, अशी एक भयानक चूक त्यांच्या संवादातून माझ्या लक्षात आली. हा संवाद जवळपास अर्धा तास सुरू होता आणि त्याचा विषय होता, दोन थकलेले लोक आपसात काय बोलतात?

या संवादामध्ये प्रत्येक जण दुसऱ्याला आणि कदाचित स्वतःलाही हे समजवायचा प्रयत्न करीत होता की ते खूप वेळ काम आणि मेहनत करतात, त्यांना पुरेशी झोप मिळत नाही आणि बहुतेक लोकांचे म्हणणे असते त्याप्रमाणे तेही सांगत होते की ते खूप थकून जातात. ते स्वतःचीच शेखी मिरवत होते की तक्रारी करत होते, याविषयी मी खात्रीने सांगू शकणार नाही; परंतु हा संवाद अधिकाधिक सुरू राहावा म्हणून कितीही थकेपर्यंत बोलत राहायची त्यांची तयारी होती. ते सुरुवातीलाच थकण्याचा विचार करीत होते आणि मला त्यांच्या दृष्टीने हे योग्य वाटत होते. त्यांना पुरेशी झोप मिळालेली नसल्याने त्यांच्या आवाजातही दम नव्हता. त्यांचा संवाद ऐकून मलाही उगीचच थकल्यासारखे वाटू लागले.

आपण थकलोय असे वाटणे किंवा त्याचाच सतत विचार करणे हेच खरं तर थकण्याचे मूळ कारण आहे. तुमची किती तास झोप झाली आहे आणि तुम्ही किती थकणार आहात याकडे तुमचे लक्ष आपोआपच वेधले जाते. नंतर जेव्हा तुम्ही झोपून उठता, तेव्हा आपण किती तास उशीमध्ये तोंड खुपसून झोपून राहिलो, याची आठवण स्वत:लाच करून देता. प्रत्यक्षात काय घडले हे कुणाला माहीत असते? परंतु मी असे मानतो की, थकण्याचा मानसिक स्तरावर विचार केल्याने आपल्या मेंदूलाही तसाच संदेश जातो आणि आपल्याला खरोखरीच थकल्यासारखे वाटू लागते. एखाद्या विचारपूर्वक ठरवलेल्या कार्यक्रमाप्रमाणे हा संदेश तुम्हाला वारंवार थकल्याची आठवण करून देत राहतो.

प्रत्येकाला पुरेसा आराम आणि विश्रांती मिळणे गरजेचे आहे याबाबतीत कुणाचेच दुमत असायचे कारण नाही. आपल्यातील अनेकांना पुरेशी झोप मिळत नाही असे अनेक लेख मी वाचलेले आहे. जर तुम्ही खरंच थकलेले असाल तर

झोप हाच त्यावरचा रामबाण उपाय आहे. परंतु काही कारणाने असे झाले नाही तर, अंतिम उपाय हाच असतो की, तुम्ही थकत आहात हे स्वत:च्या मनाला सांगून टाकावे. त्यामुळे अधिकाधिक झोप घेणे हाच त्यावरचा सर्वांत चांगला उपाय आहे हे मला जाणवले आहे.

व्याख्यान आणि प्रचार कार्यक्रमांसाठी मी खूप प्रवास करतो. त्यामुळे मला अनेकदा जेमतेम तीन-चार तासांचीच झोप मिळते. कधी कधी तर त्यापेक्षाही कमी. मी असे अनुभवले आहे की मी अपुऱ्या झोपेची आठवण मनाला करूनच दिली नाही, तर मला नेहमीपेक्षा प्रसन्न वाटत राहते. मग जितक्या लवकर शक्य असेल तितक्या लवकर मी ब्रेक घेतो आणि सारे काही ठीक होऊन जाते. माझी झोप पुरेशी होत नाही हे दुसऱ्या कुठल्याही व्यक्तीला सांगायला जायचे नाही, हे पथ्य मी जाणीवपूर्वक पाळतो. माझ्या हे लक्षात आले आहे की मी जेव्हा केव्हा असे करतो, थकण्याविषयी इतरांना सांगतो, तेव्हा मी खूप लवकर थकून जातो.

मी असे अनुभवले आहे की अगोदरच थकण्याचा विचार केल्याने आणि इतर लोकांशी त्याविषयी बोलत राहिल्याने चिडचिड वाढते. जर तुम्हाला असे करण्याची सवय असेल तर ही सवय शक्य तितक्या लवकर सोडून द्या. जर तुम्हाला त्यात यश आले तर तुम्हाला कमी थकवा जाणवेल. असे केल्याने तुमच्या विचारांची दिशा बदलते. आपण थकलेले नाही, ताजे-तवाने आहोत, अशी भावना निर्माण होऊन आपण अधिक काम करण्यासाठी प्रवृत्त होतो.

३७

कौतुक आणि आरोप एकसारखेच!

इतरांकडून मिळणाऱ्या अमान्यतेचा सामना आपल्याला करावा लागू शकतो हे जीवनातील एक कटू सत्य आहे. कौतुक करणे आणि आरोप करणे या दोन्ही बाबींमध्ये आपण स्वतःला कायम आठवण करून देत राहावी, की तुम्ही सगळ्यांना एकाच वेळी खूश करू शकत नाही. इतकेच काय, एखाद्या निवडणुकीमध्येसुद्धा जेव्हा एखादा उमेदवार ५५ टक्के बहुमताने निवडून येतो, तेव्हा ४५ टक्के जनतेने त्याला नाकारलेले असते. कारण त्यांनी कोणत्यातरी दुसऱ्या उमेदवाराला विजयी करण्यासाठी मत दिलेले असते.

आपले कुटुंब, मित्र आणि आपण ज्यांच्या समवेत काम करतो, त्यांना एकतर आपले काम तितकेसे आवडत नाही किंवा खूप जास्त आवडते. आपल्या कामाची स्वीकृती अनेकदा त्यांच्या प्रतिसादावर अवलंबून असते. खरे सांगायचे झाले तर प्रत्येकाकडे जीवन जाणून घेण्याचा आपापला मार्ग आहे आणि एकाचा मार्ग दुसऱ्याला पसंत पडेलच असे नाही. तरीही काही जण हे वास्तव बदलण्याचा प्रयत्न करतात. लोकांनी एखादी गोष्ट स्वीकारली नाही, एखाद्या गोष्टीला नकार दिला किंवा आपली असहमती व्यक्त केली तर आपण चिडतो, दुःखी होतो किंवा निराश होतो.

इतरांच्या आपल्याकडून ज्या अपेक्षा असतात, त्या सगळ्याच आपण पूर्ण करू शकत नाही. जीवनातील हे सत्य जितक्या लवकर आपल्याला उमगेल, तितक्या लवकर आणि तितके आयुष्य जगणे सोपे होऊन जाते. दुसऱ्यांनी एखादी गोष्ट स्वीकारली नाही हे तुम्ही जेव्हा उमद्या मनाने स्वीकारता, आणि हे वास्तव मान्य करता, तेव्हा तुमच्यामध्ये साहाय्यक भूमिका विकसित होऊ लागते. जीवनयात्रेत या भूमिकेची खूप मोलाची मदत होते. अस्वीकृतीने निराश होण्याऐवजी तुम्ही स्वतःलाच आठवण करून देऊ शकता, ''हे सगळं पुन्हा आलं, पण हरकत नाही.'' एका सुखद आश्चर्याच्या भावनेने तुम्ही जगायला शिकता. जर आयुष्याच्या वाटेवर ही स्वीकारार्हता तुमच्यात आल्याचे लक्षात आले, तर त्याच क्षणी कृतज्ञताही व्यक्त करावी.

माझ्या असे लक्षात आले आहे की, असेही काही दिवस असतात जेव्हा

मला प्रशंसा आणि टीका हे दोन्ही अनुभव एकत्रच मिळतात. कुणी मला वक्ता म्हणून बोलावण्यास उत्सुक असतो, तर कुणाची तशी अजिबात इच्छा नसते. एखाद्या वेळी फोनवर एखादी चांगली बातमी मिळते तर दुसऱ्या क्षणी वाईट घटना कानावर पडते. माझी एक मुलगी खूप चांगले वागते, दुसरी तिच्या अगदी उलट वागते. कुणी मला खूप चांगला माणूस म्हणतात, तर काहींच्या फोनला मी उत्तरे देत नाही, म्हणून ते मी खूप स्वार्थी आहे, असेही म्हणतात. ही मागे-पुढे जात राहण्याची प्रक्रिया, चांगल्या-वाइटाचे आचरण, स्वीकार आणि अस्वीकाराची भूमिका हे सगळे आपल्याच जीवनाचे पैलू आहेत. मी नेहमीच अस्वीकृतीऐवजी स्वीकृतीला प्रोत्साहन देतो, हे मी मान्यच करतो. ते मनाला सुखावणारे असते आणि ती परिस्थिती हाताळणेही सोपे असते. मी जितका संतुष्ट आहे, तितकाच माझ्या चांगुलपणासाठी मी दुसऱ्यांवर कमीत कमी अवलंबून आहे.

३८

दयाळूपणाचा अभ्यास करा

गेल्या काही वर्षांपासून आजकाल कारच्या बंपरवर एक स्टीकर दिसू लागला आहे. आपल्या लक्षात येईल की देशातल्या सगळ्या कारवर हा स्टिकर लावलेला असतो. (माझ्याही कारवर एक स्टिकर लावलेला आहे) त्यावर लिहिलेले आहे, 'प्रॅक्टिस रँडम ॲक्ट ऑफ काइंडनेस अँड सेन्सलेस ॲक्ट ऑफ ब्युटी) ही कल्पना नेमकी कुणाची आहे मला माहीत नाही, परंतु कारवर यापेक्षा गरजेचा अधिक दुसरा संदेश माझ्या तरी पाहण्यात नाही. 'कोणाकडूनही कसलीही अपेक्षा न ठेवता दुसऱ्याविषयी दयाभाव राखणे हा आनंद प्राप्त करण्याचा सर्वांत प्रभावी मार्ग आहे.' कुणालाही काहीही न सांगता ही गोष्ट तुम्ही आपल्या जीवनात आणू शकता.

सॅन फ्रान्सिस्कोच्या बे एरियामध्ये पाच टोल ब्रिज आहेत. काही काळापूर्वी काही लोकांनी आपल्या मागे असणाऱ्या कारचा टोल भरायला सुरुवात केली. गाडीचा ड्रायव्हर टोलनाक्यावर पोहोचल्यानंतर तिथल्या शुल्क भरायच्या खिडकीपाशी एक डॉलर भरायला जायचा, तेव्हा त्याला कळायचे की पुढच्या गाडीवाल्याने त्याचा टोल भरलेला आहे. ही एक ऐच्छिक भेट कोणत्याही अपेक्षेविना किंवा कुणीही न मागता स्वतःहून दिलेली असते. आपला टोल अगोदरच पुढच्याने भरला आहे हे समजल्यानंतर त्या ड्रायव्हरची मनःस्थिती कशी झाली असेल हे तुम्ही समजू शकता. असे झाल्याने कदाचित तोदेखील त्या दिवशी अधिक कनवाळू बनेल. दयाळूपणाच्या भावनेने केलेले एक काम अनेक चांगल्या कामांसाठीचा मार्ग सुकर करत असते.

दयाळूपणा व्यक्त करण्यासाठी कोणत्याही अनुभवाची गरज नसते. ही मनापासून केली जाणारी कृती असते. अगदी मनापासून, दयाळूपणाने केलेले कोणतेही काम महत्त्वाचे असते. शेजारच्याच्या जागेतील कचरा साफ करणे, कोणत्यातरी चांगल्या कामात आर्थिक सहयोग देणे, एखाद्या गरजू माणसाला बंद पाकिटातून निनावी मदत करणे, एखाद्या मुक्या प्राण्याला निवारा केंद्रात पोहोचवून त्याचा जीव वाचवणे किंवा एखाद्या चर्चच्या बाहेर असलेल्या भुकेल्या लोकांना जेवण देण्यासाठी मदत करणे अशा कोणत्याही प्रकारचे चांगले काम त्यात येते.

आपल्याला हे सारे करावेसे वाटत असेल, कदाचित यापेक्षाही अधिक.

सगळ्यात महत्त्वाची गोष्ट अशी की असे केल्याने खूप आनंद मिळतो आणि फारसा खर्चही होत नाही.

अशा प्रकारे मनामध्ये दयाभाव ठेवून काम केल्याने जीवनात आनंद प्राप्त होतो. दयाळूपणाने केलेले प्रत्येक काम आपल्या मनात सकारात्मक भावना निर्माण करते आणि आपल्या जीवनात दयाळूपणा, सेवाभाव आणि प्रेम किती गरजेचे आहे याची जाणीव आपल्याला होत जाते. जर आपण सारेच आपापल्या पातळीवर असे काम करीत राहिलो, तर लवकरच आपण एक सुंदर आणि प्रामाणिक जग निर्माण करू शकू.

३९

व्यावहारिकतेच्या पलीकडे पाहायला शिका

कधी आपण स्वतःला किंवा इतरांना हे वाक्य सांगितले जात असताना ऐकले आहे का? ''जॉन, वाईट वाटून घेऊ नकोस, पण तो काय करत होता हे त्यालाच माहीत नाही.'' जर असे असेल तर व्यावहारिकतेच्या पलीकडे पाहण्याची बुद्धिमत्ता तुमच्याकडे निश्चितपणे आहे. जर तुमच्या घरात लहान मुलं असतील तर क्षमा करणे तुम्हाला परिचित असेलच. मुलं कशी वागतात यावर आपले प्रेम जर अवलंबून राहू लागले, तर आपल्याला मुलांवर प्रेम करताच येणार नाही. जर प्रेम पूर्णतः व्यावहारिकतेवर अवलंबून असेल तर कदाचित कुठल्याही तरुणामध्ये आपल्याला प्रेमभावनाच दिसणार नाही. आपल्याला भेटणाऱ्या प्रत्येक व्यक्तीला जर आपण अशाच स्नेहपूर्ण आणि दयाळूपणाने भेटत गेलो, तर किती छान होईल ना? जर एखादी व्यक्ती आपल्या मनाविरुद्ध वागत असेल तर आपले तिच्यासंबंधातील वागणे लगेच बदलते आणि आपण तिच्या विरोधात जातो. परंतु वयात येणाऱ्या आपल्या लहान मुलाच्या चुकीच्या वागण्यावर आपण जसे वागतो, त्याच्याशी वागताना जसा दृष्टिकोन ठेवतो, तसे आपण इतरांशीही वागू शकत नाही का? जरा विचार करा, असे झाले तर हे जग किती सुंदर होईल.

याचा अर्थ असा बिलकूल नाही की वाळूत डोके खुपसून आपण चालत राहावे. प्रत्येक वेळी सगळे योग्य होते असे मानून चालण्याचीही गरज नाही, प्रत्येक वेळी इतरांना आपल्यासोबत येण्यास सांगण्याची आणि त्यांची नकारात्मक भूमिका स्वीकारण्याचीही गरज नाही. याचा स्पष्ट आणि साधा अर्थ असा आहे की त्यांनाही सुधारण्याची एक संधी देण्याचा दृष्टिकोन आपण अंगीकारणे गरजेचे आहे. एखादा पोस्टातील कर्मचारी अगदी हळूहळू, संथगतीने त्याची कामे करीत आहे, तेव्हा कदाचित त्याचा दिवस वाईट गेलेला असेल, किंवा कदाचित त्याचे सगळेच दिवस असे जात असतील, असा विचार करून पाहा. तुमच्या एखाद्या सहकाऱ्याने किंवा जवळच्या मित्राने तुम्हाला कानफटात मारली, तर त्यावर चिडण्याऐवजी आणि त्याला प्रत्युत्तर देण्याऐवजी त्याच्या मानसिकतेचा विचार करा. कदाचित तुम्ही ज्या व्यक्तीवर प्रेम करता तीदेखील तुमच्यावर तितकेच प्रेम करीत असेल आणि तुमच्याकडूनही तितक्याच प्रेमाची अपेक्षा ठेवत असेल. आपल्या व्यावहारिकतेच्या पलीकडे जाऊन विचार करणे गरजेचे आहे. तुम्ही एकदा प्रयत्न करून पाहा, त्याचे परिणाम निश्चितपणाने चांगलेच असतील.

४०

निरागसतेने पाहा...

इतरांचे व्यावहारिक वृत्तीने वागणे लक्षात न येणे, हे अनेकांच्या निराशेचे कारण ठरते. आपण त्यांच्याकडे निरागसतेने पाहण्याऐवजी दोषी म्हणून पाहतो. लोकांचे मोहक वागणेही अनेकदा तर्कहीन वाटते. त्यांच्या प्रतिक्रिया, त्यांचे काम, आपमतलबी कृती, स्वार्थीपणे वागणे या गोष्टी दिसू लागल्यानंतर त्यांचे दोष दाखवून देण्याची इच्छा मनात निर्माण होते. जर आपण त्यांच्या वागण्याकडे गरजेपेक्षा अधिक लक्ष दिले, तर लोक आपल्याला अधिक दुःखी करतात असे लक्षात येते.

वेन डायर यांचे एक व्याख्यान मी ऐकले होते. त्यात ते म्हणाले होते, ''जे लोक तुम्हाला दुःखी करतात, त्यांना एकत्र गोळा करा आणि माझ्याकडे घेऊन या. मी त्यांना (समुपदेशकाच्या रूपात) धडा शिकवेन आणि मग तुम्ही ठीक होऊन जाल.'' त्यांना धडा शिकवल्याने आपण बरे होणार आहोत का? तर नाही. हे खरे आहे की दुसरे लोक वाईट काम करतात. (कोण करत नाही?) परंतु आपण दुःखी होतो म्हणजे प्रथमतः आपण बदलणे गरजेचे आहे. मी अहिंसेचा स्वीकार करण्याविषयी किंवा त्याग करण्याविषयी किंवा त्यांची बाजू घेण्याविषयी बोलत नाही. किंवा कुठल्याही प्रकारे विकृत वागावे असेही सुचवत नाही. इतर लोकांच्या वागण्याने आपण फार अस्वस्थ होऊ नये, इतकेच सांगायचा मी प्रयत्न करतो आहे.

एखादी व्यक्ती जेव्हा तुम्हाला न आवडणारी गोष्ट करीत असेल, तेव्हा त्या व्यक्तीपासून दूर राहणे हेच केव्हाही श्रेयस्कर असते. स्वतःचा सरळपणा पाहण्याचे हे सर्वांत मोठे साधन आहे. त्यापुढे जाऊन पाहणे गरजेचे आहे कारण ज्या सरलतेतून वागण्याचा जन्म होतो आहे ते पाहता आले पाहिजे. आपल्यात होणारे असे बदलच आपल्याला करुणेच्या दिशेने घेऊन जातात.

कधी कधी अशा लोकांसमवेत मला काम करावे लागते जे सातत्याने माझ्यावर घाईने काम उरकण्याचा दबाव टाकत असतात. माझ्याकडून लवकर काम करून घेण्यासाठी ते जे उपाय सुचवतात, ते अयोग्य आणि मला पटणारे नसतात. जर मी त्यांच्या शब्दांवर लक्ष केंद्रित केले तर मलाही त्यांचा राग येऊ शकतो. इतकेच काय, मीसुद्धा तसेच प्रत्युत्तर देऊ शकतो. मी त्यांच्याकडे दोषी असल्यासारखे पाहू

लागतो. परंतु तरीही त्या परिस्थितीची गरज लक्षात घेऊन आपण त्या घटनेकडे पाहायला शिकलो, तर त्यांचे वागणे आपल्याला समजू शकते. त्यामुळे अशा प्रकारे मला त्यांच्या वागण्यातील योग्य बाजू पाहता येते. सर्वांत वाईट वागणाऱ्या व्यक्तीलाही तुमच्याकडून करुणेचीच अपेक्षा असते.

त्यामुळे पुढच्या वेळेस, (आशा करतो की आत्तापासूनच) जेव्हा कुणी आपल्याशी वेगळ्या पद्धतीने वागेल, तेव्हा त्याच्या वागण्यातील चांगुलपणाचा शोध घ्या. जर तुम्ही आदर देऊ शकत असाल तर त्याला समजून घेणे तुम्हाला फारसे अवघड जाणार नाही. जेव्हा तुम्ही चांगली बाजू पाहाल, तेव्हा तुम्ही कशानेही निराश होणार नाही. आणि जेव्हा दुसऱ्यांच्या कर्माने तुम्ही निराश होणार नाही, तेव्हाच तुम्ही स्वतःच्या सुंदर जीवनावर अधिक चांगल्या रीतीने लक्ष केंद्रित करू शकाल.

४१

योग्य कोण, हे ठरवण्यापेक्षा विनम्र व्हा

मी १२ क्रमांकाच्या युक्तीमध्ये तुम्हाला सांगितले त्याप्रमाणे, असे अनेक प्रसंग येतील ज्यात तुम्हाला तुम्ही योग्य की विनम्र, यापैकी एकाची निवड करण्यास सांगितले जाईल. आपण कदाचित दुसऱ्याच्या चुका, तो जे काम करतो आहे त्यातील चुका आणि त्यातील सुधारणा याविषयी सांगत राहाल. इतर लोकांमध्ये बसून कदाचित तुम्ही त्यांना 'सुधारण्याचा' प्रयत्न कराल. असे घडत असताना एकतर दुसऱ्याला किंवा तुम्हाला स्वतःला वाईट का वाटते?

या विषयाकडे आपण मनोविश्लेषणात्मक दृष्टीने पाहिले तर दुसऱ्याला हीन लेखणे किंवा त्यांना सुधारण्याचा प्रयत्न करताना आपण योग्य आहोत आणि ते चुकीचे आहेत हे दाखवण्याचा आपला प्रयत्न असतो. त्या मागे आपला सुप्त अहंकारच असतो. दुसऱ्याची चूक दाखवत असताना आपण मात्र योग्य आहोत असे आपण गृहीत धरलेले असते आणि त्यामुळे आपल्याला मनातून चांगलेही वाटत असते. परंतु प्रत्यक्षात मात्र, आपण दुसऱ्यांना जेव्हा कमी लेखतो तेव्हा आपल्याला अधिक वाईट वाटत असते. तुमच्या मनातील सर्वांत विनम्र भाग म्हणजे आपले हृदय असते. ते जाणून असते की दुसऱ्याला कमी लेखणे आपल्याला कधीच आवडत नाही.

सुदैवाने याच्या उलट स्थिती लक्षात घ्या. जेव्हा तुमचे ध्येय लोकांना श्रेष्ठता देण्याचे असते, त्यांना अधिक छान वाटावे असे असते, त्यांना आनंद मिळवून देण्याचे असते, तेव्हा तुमच्याही मनात सकारात्मकता वाढत जाते. पुढच्या वेळी जेव्हा-जेव्हा तुम्हाला दुसऱ्याला सुधारण्याची संधी मिळेल- मग भले ती छोटीशी गोष्ट का असेना - त्या वेळी इच्छा झाली तरी त्याला विरोध करा. त्या ऐवजी स्वतःलाच विचारा, मला असे वागल्याने नेमके काय प्राप्त होणार आहे? सगळ्यांनाच जशी शांतीची ओढ आहे त्याप्रमाणे आपल्यालाही शांततापूर्ण संवादाचा आनंद मिळावा. प्रत्येक वेळी जेव्हा तुम्ही 'मीच योग्य आहे' या वृत्तीला विरोध करता आणि विनम्र होता, तेव्हा तुमच्या मनामध्ये शांती निर्माण होते.

अलीकडेच मी आणि माझी पत्नी एका व्यावसायिक संकल्पनेवर चर्चा करीत होतो. प्रत्यक्षात ती कल्पना खरोखरीच एका चांगल्या रूपात आमच्या समोर

आली. त्या गोष्टीचे संपूर्ण श्रेय घेण्यासाठी मी त्याला 'माझी कल्पना' म्हणून चांगले म्हणत होतो. क्रिसने तिच्या त्याच प्रेमपूर्ण वृत्तीने मला तसे करून देण्याची मुभा दिली होती. त्या दिवसानंतर मला समजले की प्रत्यक्षात ती कल्पना तिची होती, माझी नाही. मी जेव्हा तिची माफी मागितली, तेव्हा श्रेयापेक्षा तिला माझ्या आनंदाची अधिक काळजी होती आणि त्यामुळेच तिने त्या कल्पनेचे श्रेय घेण्याचा प्रयत्नसुद्धा केला नाही. तिचे म्हणणे होते की, मी प्रसन्न दिसणे तिच्यासाठी अधिक महत्त्वाचे होते. ती कल्पना कुणाची यामुळे काहीही फरक पडणार नव्हता. (पाहिलंत तिच्यावर प्रेम करणं किती सोपं आहे ते.)

मला म्हणायचे नाही, मात्र कधीही ही युक्ती भीतीपोटी वापरून पाहू नका. आपण आपल्या भूमिकेवर ठाम आणि योग्य असणे महत्त्वाचे नाही असे तर मीच योग्य आहे या भूमिकेवर अडून राहणे योग्य नाही असे मला सांगायचे आहे. तसे झाले तर आपल्याला कोणत्या ना कोणत्या प्रकारे त्याचे परिणाम भोगावेच लागतात. जर तुम्हाला एक संतुलित जीवन जगायचे असेल तर अधिकाधिक वेळेला आपण योग्य असण्याऐवजी अधिक विनम्र राहणे शिकणे गरजेचे आहे. पुढच्या वेळी जेव्हा तुम्ही कोणत्याही व्यक्तीशी बोलाल, तेव्हा याची सुरुवात करण्याची तीच योग्य वेळ असेल.

४२

तीन लोकांना (आज) सांगा की तुम्ही त्यांच्यावर खूप प्रेम करता

लेखक स्टीफन लेविन यांनी एकदा एक प्रश्न उपस्थित केला होता, जर तुमच्याकडे जिवंत राहण्यासाठी केवळ एक तास असेल आणि तुम्ही केवळ एक फोन कॉल करू शकत असाल तर तुम्ही कुणाला फोन कराल, काय बोलाल आणि तुम्ही मग कशाची वाट पाहत आहात? ...

किती प्रभावी संदेश!

आपण कशाची वाट पाहतो आहोत, हे कुणाला सांगता येईल का? आपण जणू काही अमरच आहोत असे मानून चालतो किंवा मग 'एखाद्या दिवशी' लोकांना एकत्र जमवून आपण सांगणार असतो की आपण त्यांच्यावर खूप प्रेम करतो. कारण काहीही असो, परंतु आपल्यातील बहुतांश लोक हे अशी वाट पाहण्यात खूप काळ घालवतात.

सुदैवाने मी या युक्तीचे लेखन माझ्या आजीच्या वाढदिवशीच लिहितो आहे. यानंतर मी आणि माझे वडील तिला भेटायला दफनभूमीमध्ये जाणार आहोत. दोन वर्षांपूर्वी तिचे निधन झाले. मृत्यू होण्यापूर्वी ती आपल्या कुटुंबावर किती प्रेम करीत होती, हे तिने सांगणे आवश्यक होते. कुटुंबालाही ते कळायला हवे होते. 'चांगल्या वेळेची' वाट पाहत राहण्यात काहीही अर्थ नसतो, हे समजून घेण्यासाठी वरील उदाहरण समर्पक आहे. अजूनही वेळ गेलेली नाही. तुमच्या आयुष्यातील लोकांना सांगा, की तुम्हाला ते किती आवडतात.

तुम्ही प्रत्यक्षात भेटून किंवा फोनवरसुद्धा तुमच्या मनातील गोष्ट त्यांना सांगू शकता. जेव्हा फोन ठेवताना फोन करणारा पलीकडच्या व्यक्तीला सांगतो, की मी फक्त हे सांगायला फोन केलेला की मी तुझ्यावर खूप मनापासून प्रेम करतो, तेव्हा ती व्यक्ती थक्क होऊन जाते. त्या व्यक्तीसाठी त्या क्षणी त्यापेक्षा मोठी गोष्ट कोणतीही नसते हे समजल्यावर तुम्हीही थक्क व्हाल. जर तुम्हाला असे कुणी म्हणाले, तर तुम्हाला ते कसे वाटेल?

जर असा फोन करायला तुम्हाला अवघडल्यासारखे वाटत असेल तर पत्र लिहून आपल्या मनातील भावना त्या व्यक्तीला कळवा. याची सुरुवात केल्यानंतर

तुम्हाला लक्षात येईल की हळूहळू तुम्ही त्यात आता पारंगत होत आहात आणि तुम्ही लोकांवर किती प्रेम करता हे तुम्ही लोकांना मोकळेपणाने सांगू लागला आहात. हा तुमच्या जीवनाचा एक भागच बनतो. जेव्हा याची तुम्ही सुरुवात कराल, तेव्हा तुम्हालाही तुमच्यावरचे प्रेम व्यक्त करणारे फोन यायला सुरुवात होईल, यात अजिबात शंका नाही.

४३

विनम्रतेचा अभ्यास करा

विनम्रता आणि शांती हातात हात घेऊन चालतात. तुम्ही स्वतःविषयी लोकांना जितके कमी सांगण्याचा प्रयत्न कराल, तेवढेच तुम्हाला आतून खूप शांत वाटेल.

स्वतःला सिद्ध करण्याचा आटापिटा धोकादायक ठरू शकतो. आपण किती भारी काम केले आहे हे सांगण्यासाठी आणि स्वतःबद्दलच्या बढाया मारण्यासाठी किंवा स्वतःच्या समृद्धीविषयी इतरांना सांगताना आपली खूप मोठी ऊर्जा खर्च होत असते. बढाया मारल्याने प्रत्यक्षात तुमच्या उपलब्धी किंवा तुमच्या गौरवातील सकारात्मक ऊर्जा नष्ट होते. ज्या वेळी तुम्हाला स्वतःला सिद्ध करायचे असते, तेव्हा ही गोष्ट आणखीनच बिघडते. त्या वेळी लोक तुमच्यापासून दूर जातात किंवा तुम्हाला टाळू लागतात. तुमच्या पाठीमागे हेच लोक तुमच्या बढाया मारण्याच्या वृत्तीविषयी बोलत राहतात आणि कदाचित तुमच्याविषयी त्यांच्या मनात नाराजीही निर्माण होते.

विरोधाभास हा आहे की तुम्ही दुसऱ्यांकडून जितकी कमी अपेक्षा कराल तेवढे तुम्हाला अधिक मिळत जाईल. आंतरिक शांती आणि आंतरिक आत्मविश्वास असणाऱ्या व्यक्तिमत्त्वाकडे लोक स्वतःहून आकर्षित होतात. जे लोक स्वतःला चांगले दाखवण्याचा प्रयत्न करीत नाहीत, ते नेहमी 'योग्य' असतात. जे लोक बढाया मारत नाहीत आणि विनम्रतेने मनापासून सारे काही करू पाहतात, तेच इतरांनाही आवडतात.

त्यामुळे स्वतःमध्ये विनम्रतेचा भाव विकसित होण्यासाठी अभ्यास आवश्यक आहे. शांत आणि चांगल्या भावनांमुळे तुम्हाला आंतरिक प्रतिसादही चांगला मिळेल. पुढच्या वेळी जेव्हा कधी बढाया मारण्याची इच्छा मनात निर्माण होईल, तेव्हा स्वतःला थांबवा. मी ही युक्ती माझ्या एका ग्राहकाला सांगितली. त्याला नोकरीमध्ये बढती मिळाल्यानंतर तो एकेदिवशी आपल्या मित्रांसमवेत होता. त्याला बढती मिळालेली आहे हे त्याच्या मित्रांना तोपर्यंत माहिती झालेले नव्हते. परंतु त्या सगळ्या लोकांतून माझ्या मित्राची बढतीसाठी निवड झालेली होती. आपल्या सहकाऱ्यांशी तो स्पर्धा करीत असे आणि त्याच्या मित्रांऐवजी आपलेच नाव

निवडले जावे म्हणून तो आसुसलेला होता. याविषयी त्याला काही सांगावेसे वाटत होते, म्हणून तो बोलणार इतक्यात त्याच्या आतल्या आवाजाने त्याला थांबण्याची पूर्वसूचना दिली, ''थांब, असे करू नकोस.'' परंतु त्याची पर्वा न करता त्याने आपल्या मित्रांना बढती मिळाल्याचे सांगितलेच. हे त्याने अतिशय विनम्रतेने सांगितले, तरी सगळे लोक त्याच्याकडे रोखून पाहू लागले. इतर मित्रांना बढती का मिळाली नाही याचा मुद्दाम उल्लेख करणे त्याने टाळले. यापूर्वी कधी इतकी शांतता आणि अभिमान त्याला कधीही जाणवला नव्हता, असे त्याने मला आवर्जून सांगितले. त्यामुळे बढाया न मारता तो आपल्या यशाचा आनंद घेऊ शकला. नंतर जेव्हा त्याच्या मित्रांना ही गोष्ट समजली, तेव्हा त्याच्या विनम्रतेने ते प्रभावित झाले. स्वतःच्या विनम्र स्वभावामुळे त्याला कितीतरी अधिक सकारात्मक प्रतिक्रिया प्राप्त झाल्या.

४४

आज कचरा उचलण्याची वेळ कुणाची आहे, याविषयी जेव्हा संभ्रम असेल तेव्हा तातडीने पुढे व्हा आणि तो कचरा उचला.

जर आपण अती सावध असू, तर दररोजच्या जबाबदाऱ्यांची जाणीव होऊन सतत चिडत राहू. एकदा माझाही मूड खराब होता. मला तेव्हा जाणवले की दररोज मी एक हजार प्रकारची विभिन्न कामे करीत असतो. जेव्हा माझा मूड चांगला असतो, तेव्हा ही संख्या कमी होते.

मी जेव्हा याविषयी नीट विचार केला, तेव्हा माझ्यासमोर जी बाब आली त्याने मी हैराण झालो. सर्व कामे लक्षात ठेवणे माझ्यासाठी किती सोपे आहे त्याचबरोबर ज्या गोष्टींची जबाबदारी माझ्या खांद्यावर आहे त्याकडेही मी लक्ष देऊ शकतो. त्याचबरोबर अशी अनेक कामे मी सहजतेने विसरून जातो, जी माझी पत्नी करते. किती सोपे आहे हे!

जर तुम्ही एक समाधानी व्यक्ती म्हणून जगताना सगळीच्या सगळी कामे लक्षात ठेवायची असे ठरवत असाल, तर हे खरोखरीच अवघड काम आहे. कोण काय करते आहे, कोण अधिक काम करते आहे, आदी कामांची नोंद ठेवताना आपली निष्कारण दमछाक होत असते. या अगदी छोट्या गोष्टी असतात, ज्याची आपण निष्कारण चिंता करीत राहतो. जेव्हा तुम्ही तुमच्यावरील जबाबदारी चोख पार पाडलेली असते आणि तुमच्या कुटुंबात एखाद्याकडे करण्यासाठी फारसे काम नसते, तेव्हा तो तुमच्यासाठी चिंतेचा विषय बनू लागतो. आणि मग तुमच्या डोक्यात भुंगा सुरू होतो की कचरा साफ करण्याची आता नेमकी कुणाची वेळ आहे? अशा परिस्थितीत जीवनातील निखळ आनंदापासून तुम्ही दूर जाता.

केवळ तुम्हीच योग्य आहात असे मानून चालणे ही एक मोठी चूक ठरू शकते. इतर लोक आपला गैरफायदा घेऊ शकतात या विचारांपासूनही आपल्याला स्वतःला वाचवायचे आहे. बहुतांश वेळेला तुम्ही योग्यच असायला हवे असे नाही. जर तुम्ही तुमच्या सहकाऱ्यापेक्षा अधिक प्रमाणात कचरा उचलत असाल, तर ही काही फार मोठी बाब नाही. जेव्हा या छोट्या छोट्या गोष्टींमध्ये अडकण्यातून तुम्ही बाहेर पडाल, तेव्हा तुमच्याकडे महत्त्वाची कामे पूर्ण करण्यासाठी पुरेशी ऊर्जा असेल.

४५

अंधारावर टीका करत बसण्याऐवजी आशेचे दीप लावा

अधिक चांगल्या जीवनासाठी हे गरजेचे असते, हे मी कितीतरी काळापासून ऐकत आणि सांगत आलो आहे. जेव्हा कधी मी या बुद्धीचा वापर करण्यास विसरतो, तेव्हा मी ही गोष्ट लक्षात ठेवायचा प्रयत्न करतो. ही अगदी साधी आणि विश्वासार्ह बाब आहे; परंतु बऱ्याचदा त्याकडे दुर्लक्ष होत राहते. या योजनेमध्ये सांगितले आहे ते जर लक्षात घेतले, तर परिस्थिती कशी चांगली वा वाईट आहे याविषयी बोलण्याऐवजी परिस्थिती सुधारण्यावर सकारात्मकतेने भर दिला जातो. याचा अर्थ आहे की समस्या नुसती वारंवार आठवण्यापेक्षा ती सोडवण्यावर भर द्यावा. मी असे मानतो की या दिशेने काम करणे अधिक चांगले आहे.

आपण जेव्हा काम करीत असतो, तेव्हा वेळेच्या जाळ्यात अडकणे, आपली ऊर्जा निष्कारण व्यर्थ घालवणे आणि आयुष्यात चुकीच्या होणाऱ्या गोष्टींवर टीका करीत बसणे निश्चितच सोपे असते. जर आपण याचे प्रमाण पाहिले, तर या जगात अडचणींचे प्रमाण खूप जास्त आहे. आपल्या पद्धतींकडे पाहण्यासाठीदेखील आपल्या हाताशी पुरेसा वेळ नसतो, ही वस्तुस्थिती आहे.

जर तुम्ही बारकाईने पाहिलेत तर तुमच्या हे लक्षात येईल की काम करत असताना इतरांशी विविध समस्यांबाबत चर्चा करण्याने आणि त्याविषयी नको इतका विचार केल्याने आपलाच ताण वाढत जातो. त्यामुळे आपण ज्या कामात गुंतलेले असतो, ते काम पूर्ण करताना अनेक प्रकारच्या अडचणी येतात. जेव्हा आपण एखाद्या अडचणीचा विचार करतो आणि त्यासंबंधात दुसऱ्यांशी चर्चा करतो, तेव्हा जीवन खूप कठीण आणि तणावांनी भरलेले आहे अशी भावना मनात दृढ होते. प्रत्यक्षात तसे असेलही कदाचित, पण जेव्हा आपण काय चुकते आहे याचा विचार गरजेपेक्षा अधिक करू लागतो; तेव्हा आपल्याला आवडत नसलेल्या किंवा ज्या विषयांबद्दल आपला प्रतिसाद नकारात्मक असतो आणि ज्या गोष्टीत आपण गुंतून पडतो, त्यांची आठवण होऊ लागते.

हे जरा गमतीशीर आहे परंतु तरीही त्याकडे लक्ष द्यायला हवे. तुम्ही एखादी समस्या कमी करू शकत नाही परंतु 'आशेचा दीप' लावल्याने तुमचा ताण नक्की कमी होऊ शकतो. तणाव कमी करण्याच्या दिशेने उचललेले सकारात्मक

पाऊल किंवा सूचना ही त्याच अर्थाने महत्त्वाची असते. याचा अर्थ तणाव कमी करण्यासाठी समाधानाला अधिक महत्त्व देणे आणि समस्येविषयी तक्रारी करण्याला कमी महत्त्व देणे गरजेचे आहे.

उदाहरणादाखल सांगायचे झाले तर, तुम्ही जिथे काम करता तिथे दुसऱ्यांच्या मागे त्यांची टवाळी करणे ही नेहमीची गोष्ट असते. परंतु इतर लोक मात्र या वागण्याने नाराज होतात किंवा त्रस्त होतात. यातून मुक्त होण्यासाठी ही समस्या कशी कमी करता येईल हे तुम्ही पाहायला हवे. आपल्या काही मित्रांना एकत्र बोलवा आणि त्यांच्यासमोर ही समस्या मांडा. परंतु कुणावरही दोषारोप न करता सहयोगाची चर्चा करा. तुम्हाला स्वतःलाही अशी टवाळी करण्याची सवय आहे हे मान्य करा. भविष्यात मात्र असे न करण्याचा आपला प्रयत्न असेल हेही जाहीरपणाने सांगा. ही बैठक सहज आणि हसत-खेळत पार पडेल असा प्रयत्न करा. टवाळी न करण्याचे जे सकारात्मक लाभ आहेत त्यावर लक्ष केंद्रित करा. परस्परांविषयी चांगल्या भावना आणि वर्तणूक ठेवा. इतर लोक तुमच्याविषयी काय चर्चा करतात याविषयी चिंता करू नका तर स्वतःवरील ताण कमी कसा होईल हे पाहा आणि पुढे जात राहा. बहुतांश वेळेला, जे लोक तुमच्या समवेत काम करतात ते या संधीचा अचूक लाभ उचलतील, कारण त्यासाठी तुम्ही पुढाकार घेतलेला आहे. त्यांनी जरी काही कारणाने तसे केले नाही तरीही आपण स्वतः मात्र सकारात्मक पावले उचलून ही वाईट सवय कमी करायची आहे हे ध्यानात ठेवायचे आहे. मग शेवटी विजय तुमचाच असेल!

लोकांविषयी गप्पा मारण्याऐवजी तुम्ही जर त्यांची प्रत्यक्षात मदत कराल तर तुमच्या या वागण्याचे लोक निश्चितच कौतुक करतील. यामुळे तुम्हाला स्वतःलाही प्रसन्न वाटेल आणि लोकांसमवेत काम करतानाही तुम्हाला आनंद मिळू लागेल. तुम्हाला पाहून इतरांनाही दुसऱ्या लोकांना मदत करावीशी वाटेल.

पाहिलेत, आशेचा दीप लावणे किती सोपे आहे ते!

४६

वेदरप्रुफिंगपासून स्वतःचा बचाव करा

वेदरप्रुफिंगचा विचार भलेही जीवनाशी जोडलेला असला तरी आपल्या विक्षिप्त आणि कृतघ्नतेने भरलेल्या प्रवृत्तीचे ते रूपकसुद्धा आहे. माझे एक मित्र डॉ. जॉर्ज प्रँस्की यांनी ही कार्यपद्धत मला सांगितली होती.

पावसाळ्याच्या दिवसांमध्ये ज्याप्रमाणे आपण भिंतीला भेगा पडणे, घर गळणे किंवा अन्य गैरसोयी टाळाव्यात म्हणून उपाययोजना करतो, त्याप्रमाणे आपले संबंध आणि आपल्या जीवनातली दरीही आपण बुजवू शकतो. कोणत्या वेळी आणि नेमकी कोणती गोष्ट व्यवस्थित करणे गरजेचे आहे हे लक्षात घेणे हाच वेदरप्रुफिंगचा अर्थ आहे. जीवनामध्ये ज्या ठिकाणी भेगा पडलेल्या आहेत आणि ज्या ज्या कमतरता आहेत, त्या ठीकठाक करणे गरजेचे आहे. त्या एक तर व्यवस्थित कराव्यात किंवा त्याविषयी इतरांना सांगावे. ही प्रवृत्ती आपल्या इतरांपासून दूर करतेच, पण असे करताना आपल्याला वाईटसुद्धा वाटायला लागते. प्रत्येक गोष्टीतील किंवा व्यक्तींमधील वाईट बाजू पाहण्यासाठी आपल्या नकळतपणे प्रोत्साहन मिळते. ते आपल्याला खरे तर मनातून आवडत नसते. आपण आपले जीवन आणि परस्परसंबंध सुधारण्यापेक्षा तात्पुरत्या डागडुजीवर भर देतो आणि असे मानतो की जीवनात नेहमी कमतरता असणारच. कधी काहीही चांगले होणार नाही असे आपल्याला वाटू लागते.

आपल्या संबंधांमध्येसुद्धा अनेकदा तात्पुरती मलमपट्टी अशीच भूमिका घेत असते.

आपण कुणाला तरी भेटतो आणि सारे काही ठीक होऊन जाते. त्याची छबी, व्यक्तित्व, त्याचा स्वभाव या सगळ्याकडे आपण आकर्षित होतो. सुरुवातीला आपण त्या व्यक्तीच्या संदर्भात असणाऱ्या विभिन्नतेचा स्वीकार करतो. प्रत्यक्षात आपण त्यांचे कौतुक करतो. कदाचित त्याकडे आपण आकर्षित होऊ शकतो, कारण तो आपल्यापेक्षा खूप वेगळा वाटतो. तुमच्याकडे तुमचे स्वतंत्र मत, निवड, स्वभाव आणि प्राथमिकता असू शकतात.

काही काळानंतर तुमचे तुमच्या नवीन साथीदाराला (मित्र, शिक्षक किंवा

इतर कुणी) अधिक चांगल्या रीतीने समजून घेता यावे म्हणून असणारे फरक जाणून घेण्याचा प्रयत्न करू लागता. त्याचे दोष त्याला दाखवून देऊ लागता. तुम्ही सांगता, ''तुला माहीत आहे का, तुला नेहमी उशिरा येण्याची सवय आहे. यातून तुझी सुटका करून घेशील, असं काही मला वाटत नाही. '' याचा अर्थच हा आहे की तुम्ही इतरांच्या कमतरता पाहणे आणि त्या सांगणे हा तुमच्या जीवनशैलीचा एक भाग बनत जातो.

एखाद्या वेळी एखादी प्रतिक्रिया, टीका किंवा मदतीच्या स्वरूपात केलेले मार्गदर्शन फारसे धोकादायक नसते, परंतु तरीदेखील इतक्या वर्षांच्या कारकिर्दीमध्ये मला अशी असंख्य जोडपी भेटली; ज्यांना कधी ना कधी आपल्या जोडीदारासाठी वेदरप्रुफिंग करावे लागले होते.

जेव्हा तुम्ही दुसऱ्या व्यक्तीसाठी वेदरप्रुफिंग करता, तेव्हा आपल्याला दुसऱ्यांपेक्षा स्वतःविषयी अधिक समजू लागते. दुसऱ्यांची पारख करताना आपल्याला किती आनंद होतो, हेदेखील समजू लागते.

तुम्हाला जर आपले संबंध, जीवनातील ठरावीक पैलू किंवा दोघांची वेदरप्रुफिंग करण्याची सवय असेल, तर हा एक वाईट विचार समजून आपण तो सोडायला हवा. ही सवय जेव्हा कधी आपल्या ओठांवर येईल, तेव्हा तोंड बंद ठेवा. काहीही बोलण्यापूर्वी हा विचार नक्की करा की हे सांगणे खरोखरीच गरजेचे आहे का? आपण आपल्या साथीदाराला किंवा मित्राला वेदरप्रुफ तर करीत नाही ना, हे पाहायला हवे. तुम्ही तुमच्या साथीदारांना किंवा मित्रांना जितके कमीत कमी वेदरप्रुफ कराल, तुमचे जीवन तितकेच अधिक उत्तम होत जाईल.

४७

ज्या व्यक्तीवर तुम्हाला प्रेम करावेसे वाटते, अशा व्यक्तीचा विचार करण्यात दिवसातील काही क्षण व्यतीत करा

मी या पुस्तकात यापूर्वीही उल्लेख केलेला आहे त्याप्रमाणे दिवसातील काही क्षण तरी कुणाचे तरी आभार माना. विनम्रता आणि शांतता प्राप्त करण्याचा दुसरा मार्ग हासुद्धा आहे.

आपण ज्या व्यक्तीवर प्रेम करता, तिची दररोज आठवण नक्की काढा. पूर्वी असे म्हटले जायचे, रोज एक सफरचंद खा आणि आजारांपासून दूर राहा. प्रेमाच्या संदर्भातही आपण म्हणू शकतो की, आपण दररोज एखाद्यावर प्रेम करण्याविषयी विचार करून आपला क्रोध कायमचा दूर करू शकतो.

जेव्हा मला जाणवले, की काही लोक मला त्रास देत आहेत, तेव्हा मी दररोज त्यांच्यावर प्रेम करण्याचा विचार सुरू केला. माझ्या मनात या लोकांच्या नकारात्मक आणि विचित्र वागण्याचे विचार येत असत आणि रागाने माझा तोल जाईल की काय, अशी परिस्थिती निर्माण होत असे. एके दिवशी मात्र एका जागृत मनःस्थितीमध्ये मी असे ठरवले की दररोज सकाळी उठल्यानंतर मी कुणावर तरी प्रेम करण्याचा विचार केला पाहिजे. त्यामुळे माझे लक्ष केवळ त्या व्यक्तीच्या सकारात्मक वागण्याकडेच नाही तर संपूर्ण दिवसाच्या दिशेने केंद्रित झाले. त्यानंतर मला कधीही राग आला नाही असे नाही, परंतु कुंठत राहण्याची व त्रासाची भावना मात्र लक्षणीयरीत्या कमी झाली. या युक्तीचे श्रेय मी माझ्यातील या सुधारणेला निश्चितपणाने देऊ इच्छितो.

दररोज सकाळी जेव्हा मी उठतो, तेव्हा डोळे बंद करतो आणि दीर्घ श्वास घेतो. त्यानंतर मी स्वतःला एक प्रश्न विचारतो, आज मी माझे प्रेम कुणाला पाठवू? अचानक माझ्या मनःपटलावर कुणाचा तरी चेहरा येतो. कुटुंबातील कुणी सदस्य, मित्र किंवा सहकारी, शेजारी, माझ्या भूतकाळातील कुणी परिचित किंवा अगदीच कशाला, रस्त्यातून चालणारा कुणी अनोळखीदेखील असू शकतो. माझ्या दृष्टीने ती व्यक्ती कोण आहे, याच्याशी मला काहीही घेणे-देणे नाही; कारण मला माझ्या मनाला प्रेमात गुंतवायचे आहे. एकदा व्यक्ती निश्चित झाली की माझ्या प्रेमाचे तरंग मी त्या व्यक्तीच्या दिशेने पाठवू लागतो. अनेकदा तर मी स्वतःलाही सांगतो,

'आशा आहे की आज तुझा हा अद्‌भुत दिवस स्नेहपूर्ण दयाळूपणाने भरलेला असेल.' काहीच क्षणांमध्ये माझे मन येणाऱ्या दिवसाच्या स्वागतासाठी सज्ज होते. ज्याचे वर्णन मला शब्दांत करता येणार नाही अशी ही रहस्यपूर्ण गोष्ट आहे. ते काही क्षण माझ्या कितीतरी तासांवर प्रभाव टाकणारे ठरतात. जर तुम्हीदेखील ही छोटीशी गोष्ट दररोज करून पाहिलीत, तर तुमचा दिवस पूर्वीपेक्षा निश्चितपणाने अधिक शांत आणि सहज होऊ शकतो असा विश्वास मला आहे.

४८

मानवविज्ञानी बना

माणूस आणि त्याच्या मुळाशी जोडलेले विज्ञान म्हणजे मानवविज्ञान आहे. अर्थात ही कार्यशैली सांगताना मी तुम्हाला माझ्या पद्धतीने मानवविज्ञान उलगडून सांगण्याचा प्रयत्न करणार आहे. त्यानुसार, सांगायचे झाले तर, कोणतेही पूर्वअनुमान न लावता दुसऱ्या लोकांशी असणाऱ्या आपल्या व्यवहाराविषयी संपूर्णतः रुची असणे हे माझ्या दृष्टिकोनातून मानवविज्ञान आहे. ही कार्यशैली तुमच्यामध्ये करुणेचा विकास घडवते आणि तुम्हाला अधिक धैर्यवान बनवते. त्यासाठी दुसरे लोक इतरांशी कसे वागतात, हे पाहण्याऐवजी आपल्याला त्यांच्यासमवेत स्नेहपूर्णतेने आणि दयाळूपणाने वागायचे आहे. जेव्हा तुम्ही उदारपणे कुणाच्या प्रतिक्रियेसाठी कुतूहल दर्शवता, तेव्हा आपले त्रासिक होणेही स्वाभाविक असते. परंतु जर तुम्ही मानवविज्ञानी बनलात, तर इतरांनी केलेल्या कामांचा तुम्हाला कमीत कमी त्रास होऊ लागेल.

जेव्हा कुणी तुमच्याशी चुकीचा वागेल, तेव्हा पूर्वीच्या नेहमीच्या पद्धतीने त्यावर प्रतिक्रिया देताना असे म्हणू नका, ''खरंच वाटलं नाही, माझ्याशी तो कधी असा वागू शकेल.'' त्या वेळी तुम्हाला म्हणावे लागेल, ''त्याच्या जगात तो सगळ्या गोष्टी अशाच पद्धतीने पाहत असावा. विशेष आहे.'' या कार्यशैलीची जर तुम्हाला मदत घ्यायची असेल, तर तुम्हाला आपल्या मनात उदारतेची भावना विकसित करावी लागेल. एखाद्या विषयात मनापासून रस घेणे आणि दांभिकतेने तसे दाखवण्याचा प्रयत्न करणे यांत खूप अंतर आहे. कारण यात गुप्तपणे तुम्ही असे गृहीत धरलेले असते की तुमचाच मार्ग अधिक चांगला आहे.

अलीकडेच एका शॉपिंग मॉलमध्ये मी गेलो होतो. माझ्या समवेत माझी सहा वर्षांची मुलगी होती. रंगीबेरंगी कपडे घातलेले, अस्ताव्यस्त केस रंगवलेले काही तरुण माझ्या जवळून गेले. त्यांच्या संपूर्ण शरीरावर टॅटू रंगवलेले होते. माझ्या मुलीने मला विचारले की, त्यांनी असे कपडे का घातले आहेत?

जर ही काही वर्षांपूर्वीची गोष्ट असती, तर त्यांना पाहताच माझ्या रागाचा पारा चढला असता. त्यांच्याविषयी मी लगेच माझे मत बनवले असते आणि ते चुकीचे लोक आहेत व माझाच पारंपरिक मार्ग चांगला आहे, असे गृहीत धरून

मी चाललो असतो. कदाचित माझ्या मुलीलाही मी असेच सांगितले असते. परंतु मानवविज्ञानी बनण्याच्या माझ्या भूमिकेमुळे माझ्या दृष्टिकोनात मोठा बदल घडला. मी आता अधिक कनवाळू झालो आहे. मी माझ्या मुलीला सांगितले, ''नक्की सांगू शकत नाही, पण हे लोक आपल्यापेक्षा जरा वेगळे आहेत. आपण सगळेच असे इतरांपेक्षा जरा वेगळे असतो.''

तिने सांगितले, ''हम्म, पण मला माझे केस असेच आवडतात.'' त्यांच्या वागण्यावर चर्चा करून आपली ऊर्जा व्यर्थ खर्च करण्याऐवजी आम्ही ती गोष्ट तिथेच संपवून टाकली आणि एकमेकांसमवेत मिळणारा आनंद घेत राहिलो.

जेव्हा तुम्ही इतर कुणाच्याही दृष्टिकोनाबाबत निष्कारण रस दाखवत नाही, तेव्हा आपण त्यांची पाठराखण करतो असे नाही. गुंडगिरी करणाऱ्या उनाड तरुणांचे मी कधीही समर्थन करणार नाही, परंतु त्यांच्यावर शिक्कामोर्तब करण्याचाही मला अधिकार नाही. आनंद हाच जीवनाचा नियम आहे. लक्षात ठेवा, दुसऱ्यांविषयी मते बनवताना त्यात खूप सारी ऊर्जा नष्ट होत असते. तुम्हाला वास्तवात जिथे जायचे असते त्यापासून तुम्हाला दूर नेण्याचे काम ही वृत्ती करते.

४९

विभिन्न यथार्थ लक्षात घ्या

इतरांच्या कामात रस घेण्याविषयी आपण चर्चा करीत होतो. त्याच्याच जोडीला वेगवेगळे यथार्थ कसे असू शकतात, याविषयीदेखील आपण बोलले पाहिजे.

जर तुम्ही अन्य देशांमध्ये गेला असाल किंवा अन्य देशांविषयी वाचले असेल, तर तुमच्या लक्षात येईल की आपल्या या संस्कृतींमध्ये खूप सारे अंतर आहे. विभिन्न यथार्थचा नियम सांगतो की, व्यक्तींमध्ये असणारे अंतर खूप मोठे असते. ज्याप्रमाणे विभिन्न संस्कृतीतून येणाऱ्या लोकांकडून त्यांनी आपल्यासारखेच काम करावे किंवा बोलावे अशी अपेक्षा आपण ठेवू शकत नाही (जर केले तर निराशाच पदरी येईल), तसेच हा नियम आपल्याला सांगतो की, जगाकडे पाहण्याचा आपला जो भिन्न दृष्टिकोन आहे त्याचाही निषेध केला आहे. ही भेद करण्याची गोष्ट नसून हे तथ्य समजून घेणे आणि याच्या विपरीत काहीही होऊ शकत नाही ही मान्यता देणे गरजेचे आहे. ही समज आली तर अनेकांचे जीवन बदलून जाते, हे मी जवळून पाहिले आहे.

यातून होणारे अनेक संघर्ष तुम्ही थोपवू शकता. जेव्हा आपण गोष्टी वेगळ्या पद्धतीने पाहण्याची अपेक्षा ठेवतो, तेव्हा इतरांनी एखादे काम त्यांच्या पद्धतीने केले तरी आपल्या मनात त्यांच्याविषयी आणि आपल्याविषयीही करुणेचा भाव निर्माण होतो. आपली भावना जेव्हा यापेक्षा वेगळी असते, तेव्हा संघर्षाची भावना वाढू लागते.

आपणही मनापासून तथ्य मान्य करावे यासाठी मी तुम्हाला प्रोत्साहित करतो. आपण सगळे वेगळे आहोत. जेव्हा तुम्ही असे करता, तेव्हा तुमच्या मनात इतरांच्या बरोबरीने स्वतःविषयी प्रेम आणि आपल्या वेगळेपणाविषयी प्रशंसेचा भाव निर्माण होऊ लागतो.

५०

मदतीसाठी वैयक्तिक उपाय शोधा

आपले आयुष्य शांतता आणि कनवाळूपणासाठी ओळखले जावे असे वाटत असेल, तर आपल्याला कामे दयाभावाने शांततापूर्णरीतीने करायला हवीत. यासाठी मदत व्हावी म्हणून मी वैयक्तिक उपाय शोधून काढतो. दयाळूपणाने केलेली छोटी कामे, ही आपल्यासाठी दुसऱ्यांची सेवा करण्याची संधी म्हणून समोर येतात आणि म्हणून आपल्यालाही चांगला आणि दयाळू माणूस होण्याचे सुख मिळते.

सॅन फ्रान्सिस्को परिसरातल्या ग्रामीण भागात आम्ही राहतो. आमच्यापैकी बहुतेक जण इथले सौंदर्य आणि निसर्ग पाहतात. ग्रामीण भागात, गाडीतून कचरा बाहेर टाकणारे लोक मात्र या सौंदर्यासाठी अपवाद ठरतात. नागरी जीवन जगणाऱ्यांकडे जितक्या सुविधा आहेत, तितक्या या ग्रामीण भागातल्या लोकांना सार्वजनिक सेवांमधल्या पूर्ण सुविधा मिळत नाहीत.

बऱ्याचदा मी माझ्या दोन मुलींबरोबर आजूबाजूच्या परिसरात असणारा कचरा गोळा करण्याचे काम करतो. आम्हाला आता त्याची इतकी सवय झाली आहे की, माझ्या मुली मला हाक मारून सांगतात, 'बाबा, गाडी थांबवा. इथे कचरा दिसतो आहे.' आमच्या हातात वेळ असेल तर आम्ही तो कचरा उचलतो. हे ऐकून विचित्र वाटेल कदाचित, पण हे करून आम्हाला आनंद मिळतो. आम्ही बागेतून, फुटपाथवरून आणि कुठूनही कचरा गोळा करू शकतो. एकदा मी एका अनोळखी व्यक्तीला आमच्या घराजवळच्या परिसरातून कचरा गोळा करतानाही पाहिले होते.

तो हसून मला म्हणाला होता की, मी आपल्याला असं करताना पाहिलं होतं! माझ्या मते ही चांगली सवय आहे. तुम्हीदेखील अशा प्रकारची कामे करून आपल्याकडून मदत करू शकता. कोणत्याही अनोळखी व्यक्तीसाठी द्वार खुले करू शकता. एखाद्या नर्सिंग होममध्ये एकट्या राहणाऱ्या वृद्धांना भेटायला जाऊ शकता किंवा एखाद्या घराबाहेरचा कचरा गोळा करू शकता. असे कोणतेही काम करा, जे खरोखर उपयोगी असेल, त्या कामाचे सार्थक होईल. या कामांमध्ये मजा येतेच आणि ते एक उदाहरण ठरू शकते. त्यात प्रत्येकाचा विजय होतो.

५१

रोज कमीत कमी एका व्यक्तीला आपल्याला त्याच्याविषयी जे आवडतं, भावतं, त्याविषयी सांगा, त्याचे कौतुक/प्रशंसा करा.

आपल्याला समोरची व्यक्ती आवडते किंवा त्यांचे कौतुक/प्रशंसा वाटते हे त्याला अनेकदा सांगायचे असते, पण आपल्या किती वेळा लक्षात राहते? मी लोकांना विचारतो, की त्यांनी शेवटचे कोणाचे मनापासून कौतुक/प्रशंसा करत कधी काही सांगितले होते का, नेमके कधी, ते त्यांना काहीच सांगता येत नाही.

काही लोक तर असेही म्हणतात की, त्यांचे कोणीही कौतुक/प्रशंसा करत नाही.

आपण दुसऱ्यांना त्यांच्याविषयी असलेल्या सकारात्मक भावनांविषयी का सांगितले पाहिजे, याची अनेक कारणे असू शकतात. पण मी असेही बहाणे ऐकलेत की 'लोकांना माझ्याकडून कशाला जाणून घ्यायचेय ते, त्यांना आधीपासूनच माहिती असते'. आणि 'मला कौतुक वाटतेच पण सांगायला संकोच वाटतो.'

कोणत्याही व्यक्तीला जेव्हा तुम्ही विचारता, की त्याला त्याचे कौतुक/प्रशंसा केलेले आवडते की नाही, तेव्हा दहापैकी नऊ वेळा उत्तर हेच येते की त्यांना स्वतःचे कौतुक/प्रशंसा किंवा सकारात्मक अभिप्राय ऐकायला आवडतो. तुम्ही नियमितपणे कोणाचे कौतुक/प्रशंसा करत नाही. त्याचे कारण असते तुमचा संकोच किंवा हे कसे सांगायचे हे तुम्हाला माहीत नसणे. आपल्याला वाटते की, तुम्ही त्यांना ही गोष्ट मुद्दाम सांगण्याची गरज नाही, त्यांना स्वतःची ताकद माहीत आहे किंवा आपल्याला ते सांगण्याची सवय नाहीये. कारण काहीही असो, पण हीच वेळ आहे स्वतःला बदलायची.

एखाद्याचे कौतुक/प्रशंसा करणेही दयाळूपणा आहे. जरी आपल्याला त्याची सवय झाली, तरी आपले त्यात नुकसान होत नाही; तर आपल्याला त्याचा फायदा नक्की होतो. लोक आपला आदर-सन्मान करतील, याच विचारात अनेक लोक आपले आयुष्य घालवतात. आपले आईवडील, सहकारी, मुले आणि मित्रांविषयीही ते असाच विचार करतात, पण जर एखाद्या अनोळखी व्यक्तीनेही मनापासून कौतुक/प्रशंसा केली तर छान वाटते. आपल्याला जर कोणाबद्दल असं

वाटत असेल तर त्या व्यक्तीला ते जरूर सांगा, त्याला ते आवडतेच. हे प्रेमही दयाळूपणा असतो. याचा अर्थ असा की तुम्ही त्या व्यक्तीविषयी सकारात्मक विचार करता. जेव्हा तुमचे विचार सकारात्मक दिशेने वाटचाल करतात, तेव्हा तुमचे मन, भावना शांत होतात.

एक दिवस मी एका किराणामालाच्या दुकानात गेलो होतो, तेव्हा मला विशाल संयमाचे दर्शन झाले. चेकआउट करणाऱ्या क्लार्कवर एका ग्राहकाने विनाकारण चिडचीड केली होती. पण त्याने रागावण्याऐवजी शांत राहून त्याच्याशी संवाद साधला. जेव्हा माझा नंबर आला तेव्हा मी तिचे कौतुक/प्रशंसा करत म्हटले की, एवढ्या तापलेल्या माणसाबरोबर ती किती छान वागली. तेव्हा हसून ती म्हणाली, 'धन्यवाद सर, या दुकानात माझे कौतुक करणारी तुम्ही पहिलीच व्यक्ती आहात.' मला काय वाटतं, हे तिला सांगायला दोन सेकंदापेक्षाही कमीच वेळ लागला पण तो क्षण तिच्यासाठी आणि माझ्यासाठी दिवसभरातला एक अमूल्य क्षण होता.

५२

आपल्या मर्यादांबाबत चर्चा करा आणि त्या ओलांडून पुढे जा.

बऱ्याच वेळा लोक आपल्या मर्यादांबाबत चर्चा करण्यात, मी असे नाही करू शकत म्हणण्यात ऊर्जा खर्च करतात. काय करणार, मी असाच आहे, माझे कोणाशी स्नेहाचे संबंध जुळू शकत नाहीत, अशा आत्मविनाशकारी वक्तव्यांतून आपण आपली नकारात्मकता वाढवत राहतो.

आपल्या मनाची ताकद प्रचंड मोठी आहे. जेव्हा आपण ठरवतो की एखादी गोष्ट खरी आहे किंवा आपल्या कुवतीच्या बाहेर आहे, तर आपल्याला त्या अडचणीला सामोरे जाणे कठीण होते. समजा, तुम्ही स्वतःला सांगितले की तुम्ही लिखाण करू शकत नाही, तर ते सिद्ध करण्यासाठी अनेक उदाहरणे तुम्ही शोधता. मग आपल्याला आपल्या शाळेतल्या वाईट निबंधाची आठवण येते किंवा गेल्या वेळी किती वाईट पत्र लिहिले होते हे आठवते. तुमच्या मेंदूला त्या साऱ्या मर्यादा आठवायला लागतात, ज्या काहीही करण्यापासून तुम्हाला मागे खेचतील किंवा भीती घालतील. जर आपल्याला लेखक किंवा आणखी काही व्हायचे असेल तर त्यासाठी उचलायचे पहिले पाऊल हे असेल की तुम्ही तुमच्या आतल्या टीकाकाराला - जो तुम्ही स्वतःच आहात - शांत बसवले पाहिजे.

माझी एक ग्राहक नेहमी असे म्हणायची की, ती कधी कोणाशी चांगले नाते निर्माण करू शकत नाही. तिने काही चुकीचे सांगितले नव्हते. जेव्हाही तिला कोणी साथीदार मिळायचा, तेव्हा नकळतपणे ती अशी काही परिस्थिती निर्माण करायची की साथीदार तिला सोडून जाईल. जर ती त्याला भेटायला उशिरा पोचली तर त्याला म्हणायची की मी नेहमीच उशीर करते. जर कधी मतभेद झाले तर ती म्हणायची की ती नेहमी युक्तिवादात अडकते. त्यामुळे आज ना उद्या कधीतरी ती समोरची खात्री करून देत असे की, ती त्याच्या प्रेमासाठी लायक नाही. मग परत तीच स्वतःला सांगायची, 'बघ, माझ्याबाबत नेहमीच असे होते. मी कधीच कोणाशी चांगले नाते निर्माण करू शकत नाही.'

आपल्याबाबत कायम चुकीच्याच गोष्टी घडतील, ही विचारसरणी तिने थांबवायला हवी होती. तिने स्वतःच्या मर्यादांविषयी युक्तिवाद थांबवायला हवा होता. ती नेहमीच असे करते, न म्हणता, तिने असे म्हटले पाहिजे की, 'किती

मजेशीर गोष्ट आहे, पण मी नेहमी असे नाही करत'. आपल्या मर्यादांवर चर्चा करणे हे नकारात्मक असून अगदी सहजपणे त्या सकारात्मक सवयींमध्ये बदलू शकते. आज, तिचे पहिल्यापेक्षा बरे चालले आहे. जेव्हाही ती पुन्हा जुन्या सवयींप्रमाणे वागायला लागते, तेव्हा स्वतःवरच ती हसते.

या उदाहरणातून मी एक शिकलो की, जेव्हाही माझ्या मर्यादांविषयी मी युक्तिवाद करतो, तेव्हा फक्त निराशाच माझ्या पदरी पडते. मला असे वाटते, की तुमच्याबरोबरही असेच होत असेल.

५३

लक्षात ठेवा, प्रत्येक गोष्टीवर ईश्वराचा ठसा असतो

रब्बी हारोल्ड आपल्याला स्मरण करून देतात की, ईश्वरनिर्मित प्रत्येक गोष्ट पवित्र आहे. माणूस म्हणून ही जन्माला आल्यानंतर आपले कर्तव्य म्हणजे अपवित्र परिस्थितीतही असणारे पावित्र्य आपण शोधले पाहिजे. हारोल्ड म्हणतात जेव्हा आपण असे करायला शिकतो, तेव्हा आपल्या आत्म्याचे पोषण करणे शिकू शकतो. एखाद्या सुंदर सूर्योदयात भगवंताचे पावित्र्य पाहणे सोपे असते. बर्फाने आच्छादलेले डोंगर, निरागस मुलाचे हासू किंवा सागरलहरीसुद्धा आपल्याला पवित्र वाटू शकतात. मात्र आपण वाईट परिस्थितीत पावित्र्य शोधू शकतो का? आयुष्यातल्या कठीण परिस्थितीत, कुटुंबाच्या त्रासामध्ये किंवा आयुष्यातल्या संघर्षातही?

आपले आयुष्य प्रत्येक गोष्टीत पावित्र्य पाहण्याच्या इच्छेने भरलेले असते तेव्हा काही जादुई घटना घडताहेत असे वाटते. एक शांततेचा भाव वाढीस लागतो. आपण रोजच्या आयुष्यातले पैलू जे आत्तापर्यंत गुलदस्त्यात राहिले होते, ते उलगडतात. आणि जेव्हा आपल्याला आठवते की प्रत्येक गोष्टीवर ईश्वराचा ठसा आहे, तेव्हा ती गोष्ट तुमच्यासाठी खास होते. जेव्हा आपण एखाद्या अवघड व्यक्ती किंवा परिस्थितीशी दोन हात करत असतो, तेव्हाही ही गोष्ट लक्षात ठेवली तर आपला दृष्टिकोन विकसित होईल. त्यामुळे, समोरच्या व्यक्तीलाही ईश्वराने निर्माण केले आहे आणि आपली देणी चुकवताना संघर्ष करावा लागला असेल तरीही आपल्या प्रत्येक कामात त्याचा आशीर्वाद लाभत आला आहे, हे लक्षात ठेवायला मदत होईल.

एक गोष्ट कायम लक्षात ठेवा की, प्रत्येक गोष्टीवर ईश्वराचा ठसा आहे. आपल्याला कुठे सौंदर्य दिसले नाही याचा अर्थ असा नाही की तिथे सुंदरता नाही. कदाचित आपण नीट पाहू शकलो नाही किंवा आपली समज तेवढी विकसित झालेली नाही, असाही त्याचा अर्थ असू शकतो.

८४

निंदा करणे टाळा

आपण जेव्हा दुसऱ्या व्यक्तीची निंदा करतो किंवा त्यांची पारख करतो, तेव्हा त्यांच्याविषयी नव्हे तर आपल्याविषयी एक गोष्ट लक्षात घ्या की आपण टीकाकार होतो आहोत.

आपण एखाद्या ठिकाणी गेल्यावर, दुसऱ्याची निंदा ऐकून आलो आणि घरी आल्यावर त्याविषयीच विचार केला की, या निंदेमुळे जगाचे कल्याण होण्यासाठी मदत होणार आहे का? तर आपल्याला निःसंशय हेच उत्तर मिळेल 'नाही'! या निंदेमुळे कोणालाही फायदा होत नाही. एवढंच नाही तर निंदा केल्याने समस्येवरचा काही उपाय मिळत तर नाहीच पण आपल्यात राग आणि निराशा उगीचच वाढू लागते. आपल्यापैकी कोणालाही स्वतःची निंदा ऐकायला आवडत नाही. जेव्हा आपली निंदा ऐकतो, तेव्हा आपण एकदम बचावाचा पवित्रा घेतो. बऱ्याचदा स्वतःची निंदा ऐकणारा लाज किंवा भीती वाटून मागे हटतो किंवा हिंसक होत हल्ला करतो. असं कितीवेळा झालं असेल की, कोणाकडून तुम्ही स्वतःची निंदा ऐकून त्याला म्हटला आहात, 'धन्यवाद! तुम्ही माझ्यातली कमतरता सांगितली, त्याबद्दल आपले आभार.'

निंदा करणं ही शिव्या देण्यासारखी वाईट सवय आहे. त्याची आपल्याला सवय होऊन जाते, त्यामुळे काय वाटते हेदेखील आपल्याला माहिती आहे. ही सवय आपल्याला गुंतवून ठेवते आणि चघळण्यासाठी आणखी एक विषय मिळतो. एका क्षणासाठी जरी आपण असा विचार केला, की एखाद्याची निंदा केल्यावर कसे वाटते, आपल्याला थोडे शरमल्यासारखे वाटते, जणू आपल्यावरच टीका झाली आहे, असे वाटते. याचे कारणही हेच, की जेव्हा आपण कोणाची निंदा करतो तेव्हा आपण जगाला हे सांगत असतो की दुसऱ्यांची निंदा करणे ही माझी गरज आहे. या गोष्टीचा स्वीकार करणे आपल्यासाठी अभिमान बाळगावा अशी बाब नसते. यावर उपाय काय, तर जेव्हाही तुम्ही स्वतःला असे करताना पाहाल, तेव्हा स्वतःला थांबवा. निरीक्षण करा की तुम्ही असे किती वेळा करता आणि मग आपल्याला किती वाईट वाटते. असे करताना मी स्वतःला अनेकदा पकडले आहे आणि स्वतःला बजावलेही आहे की 'मी पुन्हा सुरू झालोय.' आणि मग माझा निंदा करण्याचा भाव संयम आणि सन्मानात बदलून जातो.

५५

आभार व्यक्त करणे लक्षात ठेवा

मला नाही असे वाटत की एखादीही व्यक्ती अशी असेल की जिचे आभार मानलेले तिला आवडणार नाहीत. उलट आभार प्रदर्शित न केल्यामुळे अनेक जण नाराज होतात किंवा त्यांना अपमानित झाल्यासारखे वाटते.

तुम्ही अनेक प्रकारे दुसऱ्यांचे आभार मानू शकता. जेव्हा आपल्याला कोणी फोन करतो, तेव्हा आपण त्यांना फोन करून प्रतिसाद देतो. जेव्हा आपल्याला कोणी काही वस्तू पाठवते, तेव्हा त्यांचे आभार मानायला विसरू नका किंवा एक चिठ्ठी लिहा, जी लिहायला फार वेळ लागत नाही. एखादी व्यक्ती जेव्हा चांगले काम करते तेव्हाही असे करा. जर कुणी माफी मागितली तर त्यालाही उत्तर द्या. सभ्य कामांना प्रतिसाद देणे गरजेचे असते. असे केल्याने काम अधिक चांगले होते आणि जास्त काम करण्यास प्रोत्साहन मिळते. त्यामुळे आपल्या सर्वांचाच फायदा होतो.

बहुतांश लोकांना आभार मानले की छान वाटते. आपल्याला कोणी फोन केला तर छान वाटते. आपण चांगले काम करतोय, हे सांगितले तर आपल्याला बरे वाटते. आपल्या मेहनतीला दाद मिळणे, आपल्या कलात्मकतेला प्रोत्साहन मिळणे, कोणी आपल्याला सांगितले की आपण खास आहोत, हे सर्व आपल्याला आवडते.

डेनिस एका विमा कंपनीत डिपार्टमेंटल स्टोअर चालवत होता. त्याच्या हाताखाली कमीत कमी पन्नास लोक काम करत होते. दुसऱ्याच्या चांगल्या वर्तणुकीसाठी त्याला प्रोत्साहित करण्याची डेनिसला सवय होती. त्याने मला सांगितले की, मला असे वाटते की ज्यांना नोकरी मिळाली आहे ते भाग्यवान आहेत. मला असे जाणवले की जे लोक चांगले काम करतात, त्यांना पुरस्कार मिळाला तर ते त्यांना अतिरिक्त वेतन मिळाल्यासारखे वाटते. प्रेमाने, विनम्रतेने विचार करण्यासाठी त्यांना मदत केली. त्यासाठी थोडा वेळ लागला, पण हे शक्य करण्याइतका तो सक्षम होता.

त्याची वर्तणूक कशा प्रकारची होती हे जेव्हा तो आठवून बघतो, तेव्हा

त्याचा विश्वासच बसत नाही. त्याने मला सांगितले की, माझ्यासाठी जे कोणी काम करायचे ते मला घाबरायचे आणि त्यांना असुरक्षित वाटायचे. कोणीही माझे कौतुक करत नव्हते. आज, मी प्रत्येक कामाबदल्यात योग्य पद्धतीने प्रतिक्रिया देतो. त्यासाठी मी प्रत्येकाच्या वर्तनाकडे लांबून पाहू शकतो. लोक आता पहिल्यापेक्षा जास्त आनंदी, सुरक्षित आणि प्रामाणिक आहेत. मी थोडा अधिक वेळ घेतला असता मात्र, मी पाहिले की लोकांनी मला माफ करायला सुरुवात केली आहे. यातून मी एक गोष्ट शिकलो की मला माझ्या कर्मचाऱ्यांची तेवढीच गरज आहे, जितकी त्यांना माझी.

आपण दुसऱ्यांकडे लक्ष दिले पाहिजे, कारण कोणत्याही गोष्टीच्या बदल्यात काही देण्यासाठी नव्हे, तर असे करणे योग्य असते म्हणून- कारण त्यांना त्यातून आनंद मिळतो. मी याबाबतीत आपल्याला सांगू शकतो की चांगले काम हे नक्कीच आपली मदत करते. त्याचा कसा परिणाम होईल हे ठरलेले नसते, मात्र मला खात्री आहे की दुसऱ्यांचे आभार मानण्याच्या कलेने मला यश, व्यवसाय आणि माणसाच्या रूपात खूप मदत केली आहे. मी दुसऱ्यांचे आभार मानण्यासाठी शेकडो पत्रे लिहिली आणि हजारो फोन कॉलही केले. मला माहिती आहे की असे केल्याने माझाच फायदा होणार आहे. पण जेव्हा गरजेचे असेल तेव्हा लोकांना उत्तर देणे माझे लक्ष्य असेल. काळ सरला आणि लोकांकडून माझी प्रशंसा होऊ लागली आणि ही एकमात्र व्यक्ती आहे, जी सर्वांचे आभार मानते असे म्हणत माझे आभार मानू लागले.

लोकांचे मानलेले आभार त्यांच्या लक्षात राहतात आणि त्यांना ते आवडतातसुद्धा. जेव्हा तुम्ही कोणाची मदत करता किंवा सल्ला देता, याचा अर्थ असा असतो की ती व्यक्ती यापूर्वी कधीतरी तुमच्याकडे मदत मागायला आली असणार आणि तुम्ही त्याला मदत केली असणार. त्यामुळे दुसरे लोकही आपल्याला मदत करतात आणि आपल्याला यशस्वी होताना पाहू इच्छितात. एवढेच नव्हे, तर ज्या लोकांचे विनम्रतापूर्वक आणि प्रेमाने आभार मानलेले असतात, ते क्षमाशील असतात. ते तुमच्या चुका नजरेआड करतात आणि मोठ्या मनाने क्षमाही करून टाकतात. त्यामुळे आपले आयुष्य बहरते आणि तणावरहित होते. म्हणून याचा विचार जरूर करा. आपल्या कामाच्या ठिकाणी असे कोणी आहे का, ज्याचे आपण आभार मानले पाहिजेत? आणि असेल तर मग असे करण्यासाठी कोणी थांबवलेय आपल्याला?

५६

आपल्या पाच दुराग्रही अवस्थांविषयी लिहा आणि त्यात बदल करू शकता की नाही, ते पाहा.

मी जेव्हा पहिल्यांदा ही कार्यपद्धत आपलीशी केली, तेव्हा मी हट्टी नाही यावर अडून होतो. मात्र काळानुसार त्यावर काम करत गेलो, मी थोडा सौम्य होऊ लागलो आणि माझ्या लक्षात आले की मी हट्टाग्रही असल्याचे मान्य करू शकत होतो.

माझ्या ग्राहकांबाबतीतली काही उदाहरणे पाहाः

'ज्या लोकांवर कुठलाच ताण नसतो ते आळशी असतात.'

'माझी पद्धत ही एकमेव पद्धत आहे.'

'पुरुष चांगले श्रोता नसतात.'

'स्त्रिया खूप खर्च करतात.'

'मुलांबरोबर खूप काम करावे लागते.'

'व्यवसायात लोक पैशांव्यतिरिक्त इतर कोणत्याही गोष्टींची कदर करत नाहीत.'

ही यादी संपणारी नाही, ती अंतहीन आहे. आपल्याला तुम्ही कोणत्या गोष्टीत हट्टाग्रही आहात, हे पाहायचे नाही, तुमची तुमच्या विचारांवर किती पकड आहे, हे बघायचे आहे. तुमच्या बोलण्यावरून थोडे मागे हटलात म्हणून तुम्ही कमकुवत ठरत नाही. उलट त्यामुळे तुम्ही खंबीर होता. माझा एक ग्राहक आहे. स्त्रिया जास्त पैसे खर्च करतात या त्याच्या बोलण्यावर ठाम होता. जेव्हा त्यांनी आपल्या हटवादीपणावर लक्ष केंद्रित केले, तेव्हा त्याला त्याच्या बोलण्याची लाज वाटली आणि मग तो हसू लागला. वास्तवात पत्नीऐवजी तोच गुपचूप स्वतःवर जास्त पैसे खर्च करत होता. हट्टाग्रही विचाराची शिकार झाला होता तो. जेव्हा तो थोडा समजूतदार आणि सौम्य झाला, तेव्हा त्यांच्या वैवाहिक संबंधात सुधारणा झाली. त्याच्या पत्नीने न केलेल्या गोष्टींसाठी तो तिला त्रास देत होता. आता मात्र तो पत्नीच्या कमी खर्चीक असण्याचे कौतुक करतो. तीदेखील ही गोष्ट मान्य करून आणि कौतुक करून आपल्या नवऱ्याला पहिल्यापेक्षा जास्त प्रेम आणि आदर देऊ लागली.

५७

उत्सुकतेपोटी आपल्यावरची टीका स्वीकार करा

आपल्यावरच्या थोड्याशा टीकेनेही आपण अस्वस्थ होतो. ती आपण आपत्काल म्हणून घेतो आणि त्यापासून अशा प्रकारे आपण बचाव करू लागतो, जसे युद्धाच्या मैदानावर उभे आहोत. प्रत्यक्षात टीका, म्हणजे दुसऱ्या व्यक्तीचा आपल्याविषयीचा दृष्टिकोन असतो. ते आपले काम आणि आपल्या विचारांचे निरीक्षण करत असतात आणि आपल्याविषयी ते असा विचार करत असतात जो आपण आपल्याविषयी जो विचार करतो त्याच्याशी जुळत नाही. ही काय फार मोठी गोष्ट आहे का!

आपल्यावर केलेल्या टीकेचा स्वीकार करणे हा फायदेशीर अभ्यास होऊ शकेल. मी असे मुळीच नाही सांगत की तुम्ही स्वतःला पायरी समजून, आपल्याकडे येणाऱ्या नकारात्मकतेचा स्वीकार करून आपला स्वाभिमान सोडून द्या. मी फक्त इतकेच सुचवतोय की, अनेकदा टीका स्वीकारल्यानंतर परिस्थिती निवळते, समोरच्या व्यक्तीबद्दलचा आपला दृष्टिकोन मांडण्याची इच्छाही पूर्ण होते. तसेच दुसऱ्याच्या बोलण्यात थोडे जरी तथ्य असेल तर ते स्वीकारण्याची संधी मिळते आणि कदाचित सर्वांत मुख्य गोष्ट म्हणजे आपल्याला शांत राहण्याची संधी मिळते.

अनेक वर्षांपूर्वी मला अशी संधी मिळाली, जेव्हा मी माझ्यावर झालेली टीका स्वीकारली. माझी पत्नी मला म्हणाली की, 'अनेकदा तुम्ही खूप बोलता', मला आठवते की क्षणभर माझे मन दुखावले गेले पण नंतर मात्र मी तिला दुजोरा देण्याचा निर्णय घेतला आणि म्हणालो, 'तू बरोबर बोलतेस. अनेकदा मी खूप बोलतो.' तेव्हा मला असे काहीतरी गवसले, ज्याने माझे जीवनच बदलून गेले. मी तिच्याशी सहमत होतो आणि तिच्या बोलण्यात तथ्य होते. अनेकदा मी जास्त बोलतो. माझ्या या वृत्तीमुळे तिला शांत व्हायला संधी मिळाली. काही मिनिटांनंतर ती म्हणाली, 'आपल्याला माहीत आहे, तुमच्याशी बोलणे फार सोपे आहे'. जर मी तिच्या पहिल्याच मुद्द्यावर रागावलो असतो तर कदाचित ती असे बोलली नसती. वास्तविक जेव्हा आपण आपल्यावरच्या टीकेवर नकारात्मक प्रतिक्रिया देतो, तेव्हा समोरच्याला खात्री पटते की त्याने जे म्हटले ते योग्यच आहे. एकदा हे धोरण आपलेसे करून पाहा. कदाचित आपल्यालाही हेच वाटेल की कधी कधी टीकेचा स्वीकार करणेही फायदेशीर ठरते.

५८

दुसऱ्याच्या मताची सत्यता तपासा

जर आपल्याला काही शिकणे आणि दुसऱ्यांना आनंदी ठेवणे आवडत असेल, तर हा विचार नक्कीच तुमच्या पसंतीला उतरेल.

बहुतांश लोक आपले मत चांगले म्हणतात, नाही तर त्यांनी आपल्याला ते मत का दिले असते? आपल्यापैकी अनेक जण एक अयोग्य काम करतात ते म्हणजे ते आपल्या मताची तुलना करतात. आपल्याला ते मान्य नसते, तेव्हा आपण ते नाकारतो किंवा त्यात दोष शोधायला लागतो.

आपण आत्मसंतुष्टीचा अनुभव घेतो आणि दुसरी व्यक्ती स्वतःला हीन समजू लागते. मात्र त्यातून आपण काही शिकत नाही.

बहुतेक प्रत्येक मतामध्ये काहीतरी चांगला किंवा वाईट गुण असतो. जर आपण दोषांऐवजी गुण शोधायला लागलो तर ते आपल्या कामी येईल. पुढच्या वेळी जेव्हा कोणी आपले मत देईल, तेव्हा त्याला पारखण्यापेक्षा किंवा निंदा करण्याऐवजी, त्याच्या बोलण्यात काही तथ्य आहे का, ते पाहा.

आपण एक गोष्ट लक्षात ठेवली पाहिजे, जेव्हा एखाद्याचे मत आपण तपासतो किंवा त्याची निंदा करतो, तेव्हा ते त्याच्याविषयी सांगण्यापेक्षाही आपल्याविषयी जास्त सांगून जाते. त्यामुळे एक गोष्ट लक्षात येते की आपल्याला दुसऱ्यांची पारख करायची सवय आहे.

मी अजूनही अनेकदा दुसऱ्याचे मत पारखून घेतो, पण पूर्वीच्या तुलनेत त्याचे प्रमाण कमी झाले आहे. आता त्यांनी सांगितलेल्या गोष्टीत मी सत्य शोधू लागलो आहे. जर तुम्हीही या साध्या सोप्या कार्यपद्धतीचे पालन करायला लागाल तर आपल्यासमवेत काही अद्भुत गोष्टी जरूर घडतील. आपण दुसऱ्यांना चांगल्या रीतीने समजून घेऊ शकू. दुसऱ्या व्यक्तींचा स्वीकार केल्याने प्रेमाची ऊर्जा जाणवेल, आपली शिकण्याची ऊर्मी उंचावेल आणि असेही होण्याची शक्यता आहे की आपल्याविषयी स्वतःलाच खूप चांगले वाटायला लागेल.

५९

ग्लास आधीपासूनच तुटलेला पाहाल (आणि इतर सर्व गोष्टीही)

बौद्ध धर्मातली ही शिकवण आहे, जी मी आजपासून वीस वर्षांपूर्वी शिकलो होतो. त्यामुळे मला सतत एक दृष्टिकोन मिळाला की जो माझ्यासमोर अधिक स्वीकारलेल्या अस्तित्वाकडे जाण्याचे लक्ष्य ठेवत आला. या सर्व शिक्षणाचे सार असे की, आयुष्य हे सातत्याने परिवर्तनाच्या अवस्थेत असते. प्रत्येक गोष्टीची सुरुवात आणि अंत असतो. प्रत्येक झाड एका बी ने निर्माण होते आणि शेवटी मातीत मिसळते. प्रत्येक खडक तयार होतो व संपतो. आपल्या आधुनिक जगामध्ये – याचा अर्थ असा की प्रत्येक गाडी, प्रत्येक मशीन आणि कपड्याचा हरेक तुकडादेखील जीर्णशीर्ण होऊन नष्ट होणार आहे, आपले शरीरही जन्माला येईल आणि नष्ट होईल– एक काचेचा ग्लास तयार होतो, तोदेखील फुटतोच.

हे मान्य केले की, आपल्याला एक प्रकारची शांतता लाभते. जेव्हा आपल्याला अपेक्षित असते की एखादी गोष्ट तुटणार, आणि ती गोष्ट तुटली तर फारसे आश्चर्य वाटत नाही किंवा निराशही वाटत नाही. काही गोष्टी नष्ट झाल्या तरी त्याचा धक्का बसण्यापेक्षा आपल्याला त्या गोष्टीबरोबर वेळ घालवण्याची संधी मिळाली याविषयी आभार व्यक्त करा. अगदी सोप्या गोष्टींपासून याची सुरुवात करू शकता, उदा. ग्लासभर पाणी. आपल्या आवडीचे पेय ग्लासमध्ये ओता. एका क्षणी त्या पेयाचे सौंदर्य आणि चव यांचे कौतुक करा. आता अशी कल्पना करा की हा ग्लास खाली पडून फुटला आणि त्याचे तुकडे विखुरले. त्यातून मिळालेली शिकवण कायम ठेवण्याचा प्रयत्न करा की, लवकरच पुन्हा सर्वांचा नव्याने प्रारंभ होईल.

आपल्या आवडीचे पेय भरलेला ग्लास फुटावा असे कोणालाही वाटत नसते. आपली शिकवण/तत्त्वज्ञान निष्क्रिय ठरावे अशी कोणतीही युक्ती नाही. यामुळे आपला दृष्टिकोन तयार होण्याची संधी मिळते. तेव्हा तुम्ही हा विचार नाही करत की, 'देवा, हे काय घडतेय?' तेव्हा आपण असा विचार करतो की, 'अरे, हा फुटला.' या सजगतेमध्ये राहायला हवं. मग तुमच्या लक्षात येईल की तुमच्या मनातली शांतता टिकून राहते आणि मग या आधी आपण आयुष्याचे कौतुक केले नसेल असा रूपातही आयुष्याला दाद द्याल.

६०

तुम्ही जिथे जाल, तिथे तुम्ही आहात

जॉन कबाट यांच्या पुस्तकाचे हे शीर्षक आहे. या शीर्षकानुसार, आपण कुठेही गेलो तर आपण आपल्याला बरोबर घेऊन जातो. या विधानाचे महत्त्व आपल्याला हे सांगते की, आपण जिथे आहोत, तिथून सातत्याने कुठेतरी असण्याच्या इच्छेवर निर्बंध लावू शकतो. आपल्याला असेच समजायची सवय होते की अरेरे, आपण दुसरीकडे कुठे असतो तर- सुट्टी असती, कोणा दुसऱ्या साथीदाराबरोबर वेगळ्या कामात, वेगळ्या घरात, वेगळ्या परिस्थितीत-तर आपण काही वेगळे करून अजून समाधानी व प्रसन्न राहू शकलो असतो.

राहू शकलो असतो ना?

खरे तर ही अत्यंत घातक मानसिक सवय आहे- आपण जर सहज रागावत असाल, निराश होत असाल आणि सतत आपल्याला असे जाणवत असेल की आपण वेगळ्या ठिकाणी असायला हवे होते, तर ही वृत्ती कायमच राहील. जर तुम्ही अशा आनंदी लोकांपैकी असाल जे कधी रागावत नाहीत किंवा निराश होत नाही, तर तुम्ही एका जागेवरून दुसऱ्या जागी जाताना, एका व्यक्तीऐवजी दुसऱ्या व्यक्तीबरोबर व्यवहार करताना सहज तणावरहित असाल.

कोणीतरी मला विचारणा केली होती की, 'कॅलिफोर्नियातले लोक कसे असतात?', मी त्याला विचारले की, 'तुमच्या देशातले लोक कसे आहेत?' तो म्हणाला, 'स्वार्थी आणि लोभी.' तेव्हा मी त्याला म्हटले की, 'कदाचित असेही होऊ शकते की आपल्याला कॅलिफोर्नियामध्येही स्वार्थी आणि लोभी व्यक्ती भेटू शकतात.'

आपले आयुष्य एखाद्या वाहनाप्रमाणे आपण स्वतः चालवू लागतो, तेव्हा या छोट्याशा शिकवणीतून काही अद्भुत गोष्टी घडू लागतात. कोणत्याही ठिकाणी असा, तिथे शांत राहण्यावर लक्ष केंद्रित होते, तेव्हा आपल्या वर्तमानकाळाविषयी खूप समाधान वाटू लागते. जेव्हा आपण नव्या जागी जातो, नव्या लोकांबरोबर आणि नव्या गोष्टींमध्ये राहतो, तेव्हा आपल्याबरोबर ती आंतरिक शांतताही असते. एक गोष्ट खरी आहे ती म्हणजे ही शांतता आपण जिथे कुठेही जाऊ, तिथे आपल्या बरोबर नेतो.

६१

व्यक्त होण्यापूर्वी श्वास घ्या

माझ्या मते, ज्या लोकांनी ही युक्ती वापरली असेल त्या सर्वांसाठी ती प्रभावी ठरली असेल ज्यांनी ती आजमावली असेल, त्याचा परिणामही तत्काळ दिसून येतो ज्यातून धैर्य, बोध आणि दुसऱ्याकडून मिळणारा सन्मान आणि धन्यवाद यांचा समावेश असतो.

वास्तविक ही युक्ती खूप सोपी आहे. त्यामध्ये आपल्याला फार काही करायचे नाही तर थोडे थांबायचे आहे किंवा विराम घ्यायचा आहे. जोपर्यंत समोरच्या व्यक्तीचे बोलणे संपत नाही, तोपर्यंत श्वास घ्या. कदाचित असेही होऊ शकेल की सुरुवातीला आपल्या दोघांच्या आवाजामध्ये अफाट अंतर असल्याचे जाणवेल, पण वास्तविक ते काही क्षणच असेल. हळू-हळू आपल्याला श्वास घेण्याची शक्ती व त्यातले सौंदर्य लक्षात येईल आणि आपण त्याचे कौतुक करायला लागाल. मग तुम्ही स्वतःच्या अधिक जवळ जाल. स्वतःकडूनच अधिक मान मिळवाल. तुमच्या लक्षात येईल की, दुसऱ्यांचे ऐकून घेणे हेहीदेखील आपल्याकडून दुसऱ्याला दिली जाणारी दुर्मीळ आणि विशेष भेट आहे. फक्त त्यासाठी आपल्या मनात तशी इच्छा हवी आणि त्याचा सराव करायला हवा.

आपल्या आसपास होणाऱ्या चर्चांचे लक्षपूर्वक निरीक्षण केले तर आपल्या लक्षात येईल की बहुतांश लोक त्यांच्या बोलण्याची वेळ यायची वाट पाहत असतात. वास्तविक आपण दुसऱ्याचे बोलणे ऐकत नसतो तर मनात विचार करत असतो की हा गप्प बसल्यावर की मी काय बोलायचे? बऱ्याचदा दुसरा माणूस बोलत असताना मध्येच 'हो, हा, अगदी अगदी' असे बोलून त्यांचे बोलणे लवकर संपवावे यासाठी उद्युक्त करतो, जेणेकरून लगेच आपल्याला त्यावर स्वतःचे मत मांडता येईल. जणू काही आपण एक पिंग पाँग बॉल उडवून वेळ घालवतो आहे. अशा वेळी त्या गोष्टीत आनंद मिळवावा किंवा काही शिकावे असे काहीच नसते.

त्वरेने बोलण्याच्या घाईत आपण समोरच्या व्यक्तीचा दृष्टिकोन समजून घेत नाही, त्याचा चुकीचा अर्थ काढतो. त्यांचा हेतू नीट समजून घेऊ शकत नाही आणि आपले मत कायम ठेवतो. या सर्व गोष्टी आपला संवाद पूर्ण होण्याआधीच होऊन गेलेल्या असतात. बऱ्याचदा आपण एकमेकांवर नाराज होतो आणि रागावतो,

त्यात काही शंकाच नाही. बऱ्याचदा आपल्याकडे ऐकून घेण्याचे कौशल्य नसल्यास आपल्याला कोणी मित्र असणे हादेखील मोठा चमत्कार असतो.

माझे आयुष्यही ऐकण्यासाठी माझी वेळ येण्याची वाट पाहण्यात गेलं आहे. जर तुम्हीही माझ्यासारखे असाल, तर एक गोष्ट लक्षात घ्या की तुम्ही समोरच्याला त्याचे विचार संयमाने पूर्ण करू द्याल, याचा आपल्याला सुखद आश्चर्याचा धक्का बसेल. आपण जेव्हा पहिल्यांदा कोणाचे तरी शांतपणे ऐकून घेऊ, तेव्हा आपल्याला आतूनच शांततेचा अनुभव येतो. समोरची व्यक्तीही शांत बसते आणि तुमच्यातही एक शांतता प्रवाहित होते. आपल्याला बोलण्याची संधी मिळेल की नाही याची चिंता करण्याची गरज नाही. आपलीदेखील वेळ येणार. वास्तविक, तेव्हा बोलणे जास्त चांगले कारण आपण ज्याच्याशी बोलू, ती व्यक्तीदेखील तुम्ही ज्या पद्धतीने बोललात त्याच संयमाने आणि सन्मानाने तुमच्याशी संवाद साधेल.

६२

आपल्या कामाच्या जागेतले वातावरण आनंदी ठेवा.

जर या पुस्तकात मी माझ्या ऑफिसचा एक फोटो लावू शकलो असतो तर किती बरे झाले असते! इथे शांत, आनंदी, मैत्रीचे वातावरण आहे. इथे इतके आनंदी वाटते की, इथे तणाव टिकूच शकत नाही. इथे येणाऱ्या बहुतांश लोकांचा दावा आहे की, इथून परत जाताना छान, प्रसन्न वाटते. तरीही, माझे ऑफिस खूप सजवलेले, झकपक श्रीमंत वस्तूंनी सजलेले नाही, हे खात्रीपूर्वक मी सांगू शकतो.

इथे एका टँकमध्ये मासे फिरत असतात, माझ्या पत्नी आणि मुलांची छायाचित्रे आहेत आणि त्यांनी माझ्यासाठी काढलेली चित्रे आहेत. ती मी फ्रेम करून लावतो आणि दर काही महिन्यांनी बदलतो. जी चित्रे बदलतो ती टाकून देण्यापेक्षा एका स्क्रॅपबुकमध्ये ठेवतो. दर आठवड्याला मी ऑफिसात फुलांची सजावट करतो. ती सुंदर दिसतात आणि त्यांचा सुवास खूप छान येतो. माझ्या पुस्तकांच्या कपाटात माझ्या आवडीची कितीतरी पुस्तके आहेत आणि माझ्याकडे पक्ष्यांना दाणे घालण्यासाठी एक बर्डफीडरही आहे. माझी मुले त्यांची बीन बॅग मला देतात आणि माझ्या बरोबर ऑफिसमध्ये येऊन बसणे त्यांना आवडते. मला बैंगणी रंगाची हिप्पो बीन बॅग आवडते, जिचे नाव आहे हॅपी!

बहुतांश लोकांना आपल्या कार्यालयाला आनंदाचे मुख्य स्थान करण्याची चैन करणे शक्य नसते किंवा तशी परवानगीही नसते, हे मला माहीत आहे. मला हेदेखील माहिती आहे की, माझ्यासाठी माझे कार्यालय योग्य असेल पण इतर अनेक लोकांसाठी ते गैरसोयीचेही असू शकते. त्यात चुकीचे काहीच नाही. तथापि, मी जेव्हा लोकांच्या कार्यालयांमध्ये जातो, तेव्हा माझ्या डोक्यात पहिला हाच विचार येतो की ही व्यक्ती तणावग्रस्त आहे का?

अनेक कार्यालये, कामकाजाची ठिकाणे, घरांची कार्यालये आणि काम करण्याचे वातावरण इतके तणावग्रस्त असते की काय सांगावे! त्यामध्ये नीरस वाटण्याचे प्रमाण इतके जास्त आहे की सर्जनशीलतेला बिलकूल वाव नसतो. अनेक ठिकाणी आयुष्यातल्या प्रसन्नता, कृतज्ञता, नातेसंबंध किंवा निसर्ग या कशाचा काही संबंध नसतो.

आपण जर कामाच्या ठिकाणचे वातावरण चांगले राखले तर तणावातून मुक्त होऊच, पण त्याहीपेक्षा महत्त्वाची गोष्ट अशी घडेल की काम करताना छोट्या छोट्या गोष्टींची चिंता करणे आपण सोडून द्याल. अर्थात, तुमचा बहुतांश वेळ हा कामाच्या टेबलावरच जातो पण आपण थोडा वेळ, ऊर्जा आणि पैसे खर्चून तो वेळ अधिक जिवंत करू शकतो. मी जेव्हा ऑफिसमध्ये आलो होतो तेव्हा तिथे पातळ, मळका आणि घाणेरडा गालिचा घातलेला होता. मी काही शे पैसे खर्चून नवीन गालिचा घेतला, जो दिसायला सुंदर होता आणि त्यावर चालतानाही छान वाटायचे. जर समजा मी त्या ऑफिसमध्ये जेमतेम पाच वर्ष नोकरी केली तरीही प्रतिदिन येणारा खर्च हा काही पैशात किंवा नगण्य होता. मी असा विचार करतो की माझ्या ऑफिसच्या इमारतीमध्ये, केवळ मीच असा आहे ज्याने ही गुंतवणूक केली. आपण आपल्याला, आपल्या आनंदाला किती कमी महत्त्व देतो, हे जाणून घेणे अनेकदा मजेशीर असते.

जर तुम्ही स्वतः हे काम करू शकत नसाल, तर इतर कोणाची मदत घेऊ शकता, जसे तुमचा पार्टनर, सहकारी, किंवा तुमची मुलं! हे सर्व किती सोपे होऊ शकते हे लक्षात येईल, तेव्हा आपल्यालाच आश्चर्य वाटेल.

६३

आवडले तर आभार व्यक्त करा आणि वाईट वाटले तरी प्रतिष्ठा कायम राखा

या पृथ्वीवरची सर्वांत आनंदी व्यक्तीही सदासर्वकाळ आनंदी नसते. वास्तविक प्रसन्नचित्त लोकांनाही आपल्या मनोभावाचे चढ-उतार, समस्या, नैराश्य आणि मन खट्टू होणे यांसारख्या गोष्टी हाताळाव्या लागतात. बहुतेकदा प्रसन्न आणि दुर्मुखलेल्या व्यक्ती यांच्यामध्ये अंतर फक्त एवढेच असते की प्रसन्न व्यक्तीची मनोवस्था कितीही खराब असली, तरीही ते त्यांच्या मनोभावाचे योग्य व्यवस्थापन करतात. आपल्या बदलत्या भावनांना ते योग्य प्रकारे हाताळतात.

बहुतांश लोक बरे वाटत नसेल तरी कामाला जुंपून घेतात. आपल्या बिघडलेल्या मनोवस्थेकडे गांभीर्याने पाहत विश्लेषण करतात की नेमके काय झाले असावे. स्वतःला त्या बिघडलेल्या मनोवस्थेशी जुळवून घेण्याचा जबरदस्तीने प्रयत्न करतात आणि त्यामुळे ही समस्या सुटण्यापेक्षाही ती आणखी गुंतागुंतीची होते.

आपण कायम शांत राहणाऱ्या लोकांना पाहतो तेव्हा, असे लोक त्यांची मनोवस्था चांगली असेल तेव्हा त्यांना छान वाटतेय म्हणून ते आभार व्यक्त करतात. त्यांना हे पुरते माहीत असते की, सकारात्मक आणि नकारात्मक मनोभाव येत-जात असतात आणि कधीतरी असाही काळ येईल जेव्हा त्यांना बरे वाटणार नाही. आनंदी लोकांचा आयुष्याकडे पाहण्याचा हाच दृष्टिकोन असतो. अशा येणाऱ्या-जाणाऱ्या अनिवार्य भावनांचा ते स्वीकार करतात. जेव्हा अशा लोकांना नैराश्य, चीड किंवा तणाव जाणवतो, तेव्हा ते या भावनांशी झगडा करण्याऐवजी आणि घाबरून जाण्याऐवजी त्यांचा स्वीकार करतात आणि ही वेळही निघून जाईल हे मान्य करतात. नकारात्मक भावनांशी लढण्यापेक्षा त्यांचे महत्त्व मान्य करतात. यामुळे मनाच्या सकारात्मकतेने ते या नकारात्मक अवस्थेतून सहजपणे बाहेर येऊ शकतात. माझ्या मते, वेळोवेळी दुःखाची भावना जाणवणाऱ्या व्यक्तीलाच आनंद, सुख जाणवू शकते. त्यांना बिघडलेल्या मनोभावाचा आणि दुःखाचा फारसा त्रास होत नाही. जणू काही त्यांना या सर्वांची पर्वाच नाही आणि काळ पुढे जाईल तसे, ते पुन्हा आनंदी होतील आणि त्यांच्यासाठी ही काही फार मोठी गोष्ट नाही.

त्यामुळे पुढच्या वेळी मनोवस्था चांगली नसली तरीही तिच्याशी झगडण्यापेक्षा

शांत राहण्याचा प्रयत्न करा. मनोवस्थेला घाबरून जाण्यापेक्षा त्याचा मानाने स्वीकार करू शकता आहात का, हे तपासून पाहा. आपल्या नकारात्मक भावनांमध्येही ही प्रतिष्ठा राखू शकलात तर जसा रोज सूर्यास्त होतो, त्याच निश्चिंततेने हे भाव दूर जातील.

६४

संयमी वाहनचालक व्हा

आपल्याला सर्वाधिक चीड कोणत्या ठिकाणी येते? इतर अनेक लोकांप्रमाणे आपण असू, तर आपल्या यादीमध्ये रहदारीमधून गाडी चालवण्याचा समावेश असेलच. आपल्याला सतत वाटत राहते की जर कार चालवण्यासाठी मला रस्त्याऐवजी शर्यतीचे रिकामे मैदान मिळाले असते तर.

संयमी वाहनचालक होण्यासाठी तीन कारणं आहेत जी योग्य म्हटली जाऊ शकतात. एकः जेव्हा आपण खूप आक्रमक होतो तेव्हा स्वतःला आणि आसपासच्या लोकांनाही संकटात टाकत असता. दोनः सातत्याने आक्रमक होत वाहन चालवणे हे खूप तणावपूर्ण असते. त्यामुळे तुमचा रक्तदाब वाढतो आणि ड्रायव्हिंग व्हीलवरची पकड घट्ट होते, तेव्हा आपल्या डोळ्यावरचा दबाव वाढतो आणि मग आपले विचार आपल्या नियंत्रणाबाहेर जातात. शेवटी काय होते की आपण जिथे जाण्यासाठी घरून निघालो होतो त्या ठिकाणी पोहोचण्यासाठी आपल्याकडे पुरेसा वेळच राहत नाही.

नुकतेच दक्षिणेकडच्या भागात मी ऑकलँडपासून सॅन जोसकडे चाललो होतो. रस्त्यात खूप रहदारी होती आणि मी हळू-हळू चाललो होतो. मी पाहिले की एक चिडलेला ड्रायव्हर सतत आपली लेन सोडून बाहेर जात होता, गाडीचा वेग कमी जास्त करत होता. तो खूप घाईत असल्यासारखा दिसत होता. माझ्या चाळीस मैलाच्या प्रवासात मी माझ्या लेनमधूनच प्रवास करत होतो. मी नुकतीच विकत घेतलेली ऑडियोटेप ऐकत होतो आणि मजेत जात होतो. माझ्या प्रवासाचा आनंद मी लुटत होतो, कारण मला एकट्याला ड्रायव्हिंग करत जाणे आवडते. जेव्हा मी त्या मार्गातून बाहेर येत होतो, तेव्हा मागून तो चालक वेगाने माझ्या शेजारून निघून गेला. आम्ही दोघांना त्या जागी पोहोचायला साधारण तेवढाच वेळ लागला होता, मात्र त्याचे अशा प्रकारचे गाडी चालवणे किती धोकादायक होते याची त्याला बिलकूल जाणीव नव्हती आणि त्याच्या वाहनावरही त्याचा परिणाम होत होता.

एखादा चालक ज्याला पुढचा लाल दिवा लागण्याआधी आपल्याला मागे टाकायचे असते, म्हणून तो आपल्या शेजारून वेगाने निघून जातो, तेव्हा त्याच्या

या वेगाचा काहीही उपयोग नसतो. जर आपणही त्या मोहात अडकलो, तर आपल्याला ट्रॅफिक तिकीट मिळेल आणि मग ट्रॅफिक स्कूलमध्ये ८ तास घालवावे लागतील.

जर आपण सजगपणे असे ठरवले की आपण आक्रमकपणे वाहन हाकणार नाही तर ड्रायव्हिंगचा वेळ वास्तविक तुमच्यासाठी खूप आरामदायी ठरू शकतो.

आपल्या वाहन चालवण्याचा वेळ हा सहजसोपे श्वसन करत स्वतःबरोबर वेळ घालवण्यासाठी मिळतोय, असे पाहा. स्नायूंना शिथील होण्यासाठी यापेक्षा चांगला वेळ अजून कुठला असणार? माझ्याकडे अशा खास ध्वनिफिती आहेत, ज्या स्नायूंना शिथिलता देण्याचा सराव करून घेतात. अनेकदा मी त्या ऐकतो आणि माझ्या इच्छित स्थळी जाईपर्यंत मला खूप प्रसन्न वाटू लागते. आपल्या आयुष्यातले अनेक तास हे ड्रायव्हिंगसाठी करून टाकावेत. हा वेळ भीती आणि निराशेत घालवणे आपल्याला आवडेल का? तणाव विसरून थोडे समजूतदारपणे वागू शकता का?

आपण जर थोडा बुद्धीचा वापर केला तर ही गोष्ट नक्कीच प्रभावी ठरू शकते.

६५

विश्रांती

रिलॅक्स होणे किंवा विश्रांती घेणे याचा अर्थ काय असतो? हा शब्द आपल्या आयुष्यात आपण हजारदा ऐकला असेल. मात्र असे खूप कमी लोक आहेत ज्यांनी या शब्दाच्या अर्थाचा विचार केला असेल. आपण लोकांना विचारले तर (जसे मी अनेकदा विचारले आहे) की तेव्हा त्यांनी हेच उत्तर दिले की– काम मग ते कोणतेही असो, ते नंतर करू असे नियोजन करायचे. ते काम सुट्टीच्या वेळात, विमानातून प्रवास करताना किंवा निवृत्तीनंतर किंवा इतर सर्व कामे पूर्ण झाल्यावर करणार असाल. यातून काय ध्वनित होते तर आपले ९५ टक्के आयुष्य हे राग, निराशा आणि चिडचिड करण्यात निघून जाते आहे. खूप कमी लोक हे मान्य करतील मात्र ही गोष्ट खरी आहे. आपण आयुष्याकडे युद्धस्थिती असल्यासारखे का पाहतो, हे सांगू शकाल का? आपण हातात असलेली नियोजित कामे पूर्ण होईपर्यंत विश्रांती घेणे का टाळत असतो? हे कधीच शक्य नसते.

विश्रांती किंवा आरामाकडे आपल्या असे खास वैशिष्ट्य म्हणून पाहिले पाहिजे की जेणेकरून आपण वेळोवेळी विश्रांती घेत राहाल आणि भविष्यातही ती टाळणार नाही. आता तुम्ही आरामात राहू शकता. आपल्याला एक गोष्ट लक्षात ठेवली पाहिजे की विश्रांती घेणारे लोक आयुष्यात मोठी कामगिरी करू शकतात कारण सर्जनशीलता आणि विश्रांती याचा गहिरा संबंध असतो. उदाहरणार्थ, मी जेव्हा तणावात असतो तेव्हा लिखाणाविषयी मी विचार करू शकत नाही. माझा आराम किंवा विश्रांती झाली की माझी लेखणी सहज व शांत भावनेने चालू लागते. जास्त आराम किंवा शांत होणे याचा अर्थ तुम्ही आयुष्यात येणाऱ्या प्रत्येक चढ–उतार आणि कोणत्याही परिस्थितीसाठी स्वतःला तयार करत आहात. आपल्याला सातत्याने दयाळूपणे आणि स्नेहप्रेमाने स्वतःला आठवण करून द्यायला हवी की आपल्याला आयुष्याला कशा प्रकारे सामोरे जायचे किंवा त्याला कशी प्रतिक्रिया द्यायची आहे, याची निवड करता येणे.

आपल्या विचार आणि परिस्थितीशी पुन्हा नव्याने स्वतःला जोडून घ्यायला शिकू शकतो. सरावाने, ही निवड आपल्याला खूप उत्तम शांत व्यक्तीच्या रूपात सगळ्यांसमोर आणेल.

६६

पत्राद्वारे मुलाला दत्तक घ्या.

मी खरंतर कोणत्याही सेवा संस्था किंवा एजन्सीसाठी या पुस्तकात कोणत्याही प्रकारची जाहिरात करू इच्छित नाही, मात्र मला असे वाटते की पत्राद्वारा एखाद्या मुलाला दत्तक घेणे हा माझ्यासाठी सकारात्मक अनुभव होता.

थांबा, आपण प्रत्यक्षात कोणत्याही मुलाला दत्तक घेत नाही. आपण त्यांना मदत करतो आणि त्याच निमित्ताने तुम्ही त्यांना जाणून घेता. हा अनुभव माझ्या पूर्ण कुटुंबासाठी असीम आनंद आणि प्रसन्नता देणारा होता. माझ्या सहा वर्षीय मुलीने एक मुलाला दत्तक घेतले आहे आणि ती या अनुभवाने खूप आनंदी आहे. ते दोघे एकमेकांना पत्र लिहितात आणि एकमेकांच्या संपर्कातही राहातात. त्यांना एकमेकांच्या आयुष्यातल्या गोष्टी जाणून घ्यायला आवडतात.

आपण दर महिन्याला संस्थेला एक ठरावीक रक्कम पाठवतो, ज्यातून ते मुलांना मदत करतात. मुलांच्या पालकांना त्यांच्या गरजा पूर्ण करण्यासाठी मदत मिळते. मुलांना शाळेत पाठवणे आणि त्यांच्या इतर गरजा पूर्ण करणेही सोपे होते.

मला असे वाटते की हा अनुभव प्रसन्न करणारा अशासाठी आहे की त्यामुळे आपल्याला एकमेकांशी संपर्क राखण्याची संधी मिळते. अनेक वेळा दान दिल्यानंतर ते कोणाला दिले याची खबर आपल्याला नसते. या ठिकाणी मात्र आपल्याला त्या मुलाला भेटायची संधी मिळते. अशा नातेसंबंधामुळे आपल्याला जाणीव होते की, देवाने आपल्याला कोणाची तरी मदत करण्याचे सौभाग्य प्रदान केले आहे. माझ्या ओळखीच्या अनेक लोकांना अशा प्रकारच्या नातेसंबंधांमुळे कृतज्ञतेचा भाव जाणवतो. अशा अनेक संस्था आहे, ज्या आपल्याला अशा कार्यात मदत करू शकतील.

६७

आपल्या भावुकतेला आवर घाला

योग्य विचार केला तर या धोरणाचा अर्थ आहे असा की 'लहान सहान गोष्टींची चिंता करू नका'. अनेक लोक आयुष्यात गरजेपेक्षा जास्त भावुक होऊन जगण्यावर विश्वास ठेवतात. हे कुठेतरी ऐकल्यासारखे वाटतेय ना? बऱ्याचदा आपण लहान–सहान गोष्टींना मोठे करतो, आपल्याला राईचा पर्वत करायची सवय जडते. त्या सर्वांत आपण हे विसरूनच जातो, की आयुष्य इतकेही वाईट नसते, जितका आपण याविषयी विचार करतो. आपण हे विसरूनच जातो की जेव्हा आपण गोष्टींना आवश्यकतेपेक्षा जास्त मोठे करतो, त्याचे नुकसानही आपल्यालाच भोगावे लागते.

माझ्या असे लक्षात आले की, जर आपण स्वतःला अशी आठवण करून दिली की आपले आयुष्य म्हणजे काही नाटक नव्हे, तरीही आपले मन शांत होण्यास मदत मिळते. मला जेव्हा कधीही तणाव जाणवतो किंवा मी स्वतःकडे अतिशय गांभीर्याने पाहू लागतो (मला मान्य आहे की माझ्याबाबतही बऱ्याचदा असे होते.) तेव्हा मी स्वतःला बजावतो, 'अरे भाऊ, तुझे पुन्हा नाटक सुरू झाले.' असे मी सांगितले की, माझे सारे गांभीर्य लोपते आणि मला स्वतःवरच हसू यायला लागते. मग मला स्वतःला शांत अवस्थेत आणणे सोपे जाते. माझी भावुकता, मेलोड्रामामध्ये परावर्तित होते.

जर आपण ऑपेरा पाहिला असेल, तर त्यात लक्षात येते की त्यातली पात्रे अगदी लहान सहान गोष्टीही गांभीर्याने घेतात व त्यासाठी आपले आयुष्य खर्ची घालतात. कोणी काही म्हणाले तर वाईट वाटतेय, कोणी त्यांच्याबरोबर वाईट वागते तर त्याच्या साथीदाराबरोबर बोलले. त्यांचे उत्तर असते, 'हे भगवंता, माझ्या बरोबर असे कसे होऊ शकते?' त्यानंतर ते दुसऱ्याशी त्या समस्येविषयी बोलताना ती कितीतरी पटीने वाढवून सांगतात. अशा प्रकारे त्यांचे आयुष्य एखाद्या आणीबाणी उद्‌भवलेल्या भावुक नाट्यामध्ये रूपांतरित होते.

पुढच्या वेळी जेव्हाही तुम्ही तणावात असाल, तेव्हा या धोरणाचा प्रयोग करून स्वतःला आठवण करून द्या की आयुष्य म्हणजे काही आणीबाणीची परिस्थिती नाही, त्यामुळे आपल्या भावुकतेला बाजूला सारा आणि सहजपणे वावरा.

६८

अवांतर लेख आणि पुस्तके वाचा आणि काही शिकण्याचा प्रयत्न करा

आपण जे काही वाचतो, त्यातून आयुष्याविषयीचा आपलाच दृष्टिकोन न्याय्य आहे हे ठरवतो, हे कधी तुमच्या लक्षात आले आहे का? हीच गोष्ट आपण रेडिओ, टीव्ही ऐकणे किंवा पाहणे आणि आयुष्याच्या इतर गोष्टींबाबतही करतो. वास्तविक, अमेरिकेतला एका लोकप्रिय टॉक शो करणारी म्हणजे फोन करणारी व्यक्ती बहुतेकदा स्वतःला 'डिट्टो हेड' म्हणते, म्हणजे 'मी अगोदरपासूनच तुमच्या सर्व बोलण्याशी सहमत आहे. मला आणखी सांगा.'

उदारमतवादी, कट्टरतावादी- आपण सारे एकसारखे आहोत. आपण आपले मत बनवतो आणि संपूर्ण आयुष्य त्या मताला न्याय्य ठरवण्यासाठी आणि मी सत्यच बोलतो असे समजण्यात खर्ची घालतो. ही कट्टरता चांगली नाही, कारण आपल्या मताशी न जुळणाऱ्या दृष्टिकोनांतूनही आपण बरेच काही शिकू शकतो. त्याशिवाय, आपल्या हट्टामुळे आपल्याला दुसऱ्याचे मत मान्य करणे किंवा समजून घेण्यासाठी खूपच आंतरिक संघर्षाचा सामना करावा लागतो. असे मन आपल्या आसपासच्या लोकांशी नेहमीच झगडत असल्याचे पाहायला मिळते.

आपला जगाकडे पाहण्याचा दृष्टिकोन हाच एकमात्र योग्य दृष्टिकोन नाही, यावर आपण सर्व सहमत आहोत, हेच आपण विसरून जातो. आपण विसरतो की जर दोन व्यक्तींचे मत वेगवेगळे असेल, तर अनेकदा ते आपले मत न्याय्य ठरवण्यासाठी एकच उदाहरण सांगतात- आणि दोन्ही बाजू तार्किक आणि उपयुक्त असू शकतात.

हे जाणून घेतल्यानंतर आपण अधिक कट्टर होतो किंवा मुक्त होत काही नवीन शिकण्यास तयार होतो.

आपला दृष्टिकोन काहीही असू द्या, दिवसभरात काही मिनिटांसाठी का होईना; दुसऱ्याचा दृष्टिकोन समजून घेण्याची संधी मिळेल असे काहीतरी वाचन जरूर करा. त्यासाठी आपल्या श्रद्धा बदलण्याची गरज नाही. फक्त आपले मन मोठे करावे लागेल आणि नव्या विचारांसाठी मन खुले करावे लागेल. या नव्या भूमिकेमुळे दुसऱ्यांचे मत स्वीकारताना जो तणाव जाणवतो, तो नक्कीच कमी

होईल. त्याशिवाय हा सराव आपल्याला दुसऱ्यांसाठी सजग व्हायला आणि धीर राखायला शिकवेल. दुसऱ्याच्या मतांमध्येही आपल्याला अर्थ सापडेल आणि आपण पहिल्यापेक्षा खूप अधिक शांत आणि तात्त्विक व्यक्ती होऊ शकाल. मी आणि माझी पत्नी अमेरिकेतील कट्टर आणि उदारमतवादी, दोन्ही प्रकारची बातमीपत्रे वाचतो. मला वाटते की, या दोन्ही प्रकारच्या वाचनामुळे आयुष्याबद्दलचा आपला दृष्टिकोन विस्तारण्यास मदत होते.

६९

एका वेळी एकच काम करा

एक दिवस गाडी चालवताना मी रस्त्यावर एका व्यक्तीला पाहिले जी दाढी करता करता, कॉफी पित होता आणि वर्तमानपत्रही वाचत होता. मी विचार केला, 'व्वा, अतिशय छान.' त्या दिवशी मी असे काहीतरी उदाहरण शोधतच होतो ज्यामधून आपल्या समाजाच्या वेडेपणाचे दर्शन घडेल. अनेकदा आपण एकाच वेळी अनेक कामे करत असतो. आपल्याकडे कॉर्डलेस फोन आले, ते मुळातच आपले आयुष्य अधिक सुलभ व्हावे म्हणून. मात्र त्याने आयुष्य अधिकच क्लिष्ट झाले. मी आणि माझी पत्नी, एका मित्राच्या घरी रात्री जेवायला गेलो, तेव्हा पाहिले की ती फोनवर बोलता बोलता दार उघडत होती, स्वयंपाकाची तयारीही करत होती आणि फोनवर बोलताना तिच्या मुलीचे डायपरही बदलत होती. (तिने हात धुतले होते). आपल्यापैकी अनेक लोक बऱ्याचदा असेच वागतात, कोणाशी तरी बोलतात किंवा तीन-चार काम एकाच वेळी एकाच दमात करण्याच्या प्रयत्नात असतात.

जेव्हा आपण खूप कामे एकाच वेळी करतो, तेव्हा आपल्याला वर्तमान क्षणावर लक्ष केंद्रित करणे अवघड जाते. तुम्ही भांडी स्वच्छ करत असाल, साथीदाराबरोबर बोलत असाल, मासिक वाचत असाल, मुलांबरोबर खेळत असाल, तर एका वेळी एकाच कामावर लक्ष केंद्रित करण्याचा प्रयत्न करा. एकाग्रता कायम ठेवा. त्यातून दोन गोष्टी साध्य होतील. पहिली म्हणजे आपल्याला आपल्या कामाचा मनापासून आनंद मिळेल. मग ते कपाट लावणे असेल किंवा भांडी घासण्यासारखे काम असेल. जेव्हा तुमची एकाग्रता असते आणि कामामध्ये कोणताच अडथळा येत नाही, तेव्हा आपल्याला कामात गढून जाणे सुलभ होते, मग ते कुठलेही काम असो.

दुसरी गोष्ट, आपल्याला या गोष्टीचे आश्चर्य वाटेल की आपण ते काम किती नैपुण्याने आणि वेगाने पूर्ण करता. मी जेव्हापासून वर्तमान क्षणावर लक्ष केंद्रित करू लागलो, तेव्हापासून आयुष्यातल्या प्रत्येक क्षेत्रातल्या माझ्या कौशल्यामध्ये सुधारणा झाली आहे - लेखन, वाचन, घराची स्वच्छता आणि अगदी फोनवर बोलणेसुद्धा. आपणही असे करू शकता. हे सर्व शक्य होईल फक्त आपल्या एकाच निर्णयाने - एका वेळी एकच काम करणे.

७०

दहा आकडे मोजा

मी जेव्हा मोठा होत होतो, तेव्हा माझे वडील माझ्यावर व माझ्या बहिणीवर रागावत तेव्हा ते दहापर्यंत आकडे मोजत असत. अनेक पालक त्यांना राग आला की असेच करतात, जेणेकरून त्यानंतर त्यांना काय करायचेय हे ते ठरवू शकतात.

यामध्ये मी श्वसनाचे प्रयोगही सामील केले आहेत. यात आपल्याला एवढेच करायचे की- जेव्हा राग येतो तेव्हा एक दीर्घ श्वास घ्यायचा व एक हा आकडा मोजायचा. त्यानंतर संपूर्ण शरीराला शिथील करत श्वास सोडायचा. त्यानंतर दोन म्हणत पुन्हा हीच प्रक्रिया करायची आणि कमीत कमी दहा आकडे मोजेपर्यंत हेच करायचे. (जर तुम्ही खरंच खूप रागात असाल तर पंचवीस आकडे मोजायचे.) आपण मनासाठी ध्यानधारणेचा एक लहानसा धडा आहे हा. मोजणे आणि श्वसनाचा सराव यांचा मेळ बसवल्याने आपल्याला शांत होण्यात मदत मिळते आणि आकडे पूर्ण होईपर्यंत आपला राग शिल्लक राहण्याचा प्रश्नच उद्भवत नाही. फुफ्फुसातली ऑक्सिजनची पातळी वाढते आणि आपल्याला राग येणे आणि आकडे मोजून पूर्ण होण्याच्या काळात आपली समज पुन्हा येण्याची संधी मिळते. आपल्याला अवघड वाटणाऱ्या गोष्टीसुद्धा सहजसोप्या होऊन जातात.

जेव्हा तणाव किंवा निराशा येते, जेव्हा कधी त्या काळातही हा सराव उपयुक्त ठरतो. मनस्वास्थ्य हरवेल, तेव्हा ही युक्ती आजमावून पाहा.

आपल्याला राग येवो न येवो, हा सराव एक ते दोन मिनिटे करायला हवा, हेही तितकेच खरे. दैनंदिन आयुष्यात मी या गोष्टीला स्थान दिले आहे, कारण यामुळे माझे मन शांत होते आणि हे करताना मला आनंदही होतो. बऱ्याचदा, या उपायामुळे मला राग येत नाही.

७१

वेळच्या वेळी ब्रेक जरूर घ्या

करिअरच्या प्रारंभी मला काही चुकीच्या सवयी जडल्या, त्यापैकी सर्वांत वाईट सवय म्हणजे मी पुरेसा विश्राम किंवा विश्रांती घेतली नाही. मला खरे तर हे मान्य करायला लाज वाटते, परंतु मला वाटायचे की विश्राम केल्याने वेळ फुकट जातो. मला असे वाटायचे की दोन कामांदरम्यान आराम केला नाही तर तो वेळ वाचवून जास्त काम करता येईल – आणि त्यामुळे दुसऱ्यांच्या पुढे निघून जाणे सोपे होईल. मी दुपारच्या डब्याच्या सुट्टीतही काम करायचो आणि दिवसभरात कधीतरीच विश्रांती घ्यायचो.

गेल्या काही वर्षांत, मी शिकलो की नियमित विश्रांती घेणे टाळणे ही एक मोठी चूक आहे; जी काळाप्रमाणे आपल्याला म्हातारे करू लागतेच पण त्यामुळे आपली उत्पादकताही घटते. एखाद वेळी आपल्याला त्याची जाणीवही होत नसेल पण हळूहळू आपली नाराजी प्रकट होऊ लागते. आपला संयम कमी होऊ लागतो, एकाग्रताही कमी होऊ लागते व ऐकण्याच्या क्षमतेवर त्याचा जास्त परिणाम होत असल्याचे दिसून येते. मला असे वाटते की याचे दीर्घकालीन परिणाम दिसून येतात. तुम्ही लवकर थकायला लागता आणि सर्जनशीलता व अंतर्ज्ञानाचा हळूहळू क्षय होऊ लागतो.

अर्थात या सगळ्या गोष्टी प्रत्यक्षात दिसून येत नाहीत, मात्र जेव्हा मी माझ्या आत डोकावून पाहायला सुरुवात केली, तेव्हा माझ्या असे लक्षात आले की, मी कामादरम्यानच्या मधल्या सुट्टीत आराम करून परत आल्यावर मला काही गोष्टी त्रासदायक वाटल्या नाहीत, जितक्या त्या आराम न करता काम करताना वाटत होत्या. तथापि अजूनही कधी कधी अधीर होऊन माझा उत्साह हरवतो. पहिल्यापेक्षा जास्त छोट्या छोट्या गोष्टींवर मी चिंता करू लागतो. परंतु मी असे मानतो की प्रत्येक व्यक्तीकडे विश्रांती न घेता काम करण्याची वेगवेगळ्या प्रकारची लय आणि वैविध्यपूर्ण क्षमताही असते. जेव्हा आपण स्वतःसाठी काही वेळ काढतो, तेव्हा आपल्याला शरीरांतर्गत आरोग्य आणि पोषणही मिळते. आपल्याला त्याची जाणीव होवो अथवा न होवो.

आपली विश्रांती खूप मोठी किंवा दीर्घकाळासाठी नसावी. बऱ्याचदा, आपला

मेंदू शांत करण्यासाठी, दीर्घ श्वसन करण्यासाठी, हात लांब करण्यासाठी आणि शुद्ध हवा भरून घेण्यासाठी केवळ काही मिनिटांचीच गरज असते. जेव्हा आपण हा वेळ काढतो, तेव्हा दर तासागणिक आपण अधिक ताजेतवाने होऊन पुन्हा कामाला लागू शकतो. जणू काही आपण स्वतःचेच रिसेटचे बटन दाबले आणि पुन्हा नव्याने कामाला सुरुवात केली आहे. अनेकदा अशी छोटी विश्रांती घेतल्यानंतर माझी बुद्धी आणि सर्जनशीलता चमकदार बनते आणि त्यामुळे माझ्या बाजूने मी उत्तम परिणाम देऊ शकतो.

बहुतांश लोकांसारखी मीदेखील विश्रांती घ्यायला विसरायचो. मी एखादे प्रकरण लिहिताना किंवा कोणत्याही प्रकल्पावर काम करता करता तासन् तास एकाच स्थितीत बैठक मारायचो. शेवटी जेव्हा उठायचो, तेव्हा संपूर्ण शरीर आखडलेले आणि थकलेले जाणवायचे. तेव्हा माझ्या लक्षात यायचे की मी विश्रांती घ्यायलाच विसरलो होतो. याला अपवाद होते पण बहुतेकदा, त्या दरम्यान माझ्याकडून उत्तम काम होऊ शकले नाही, हे त्या कामाकडे पाहून सांगू शकायचो.

हे धोरण याच गोष्टीवर भर देते की, संख्येने जास्त ते गुणात्मकदृष्ट्या नेहमीच चांगले असे मानता येणार नाही. माझ्या मते, दर तासाला काही मिनिटे काम कमी केल्यास मी अधिक चतुराईने, अधिक उत्पादकतेने आणि उत्तम पद्धतीने काम करू शकतो. मी दर दिवशी स्वतःसाठी जी काही ऊर्जा साठवतो आहे, ती माझ्या करिअरची काही वर्षं नक्कीच वाढवू शकतील.

मला वाटते की, मी जो सल्ला देतो आहे, त्याची अंमलबजावणी करण्याची वेळ आता आली आहे. मी आता छोटी विश्रांती घेतो आहे, हे सांगून आता हे प्रकरण मी संपवतो. कदाचित विश्रांती घेण्याची तुमच्यासाठीही ही योग्य वेळ असेल.

७२

वादळाच्या केंद्रबिंदूत राहण्याचा सराव करा

वादळाचा केंद्रबिंदू म्हणजे असे स्थान जे आसपास कोणत्याही हालचाली सुरू असल्या तरीही शांत असते. केंद्राच्या आसपास काही भीतीदायक आणि अडथळे येणाऱ्या गोष्टी सुरू असतात, मात्र केंद्र संपूर्णपणे शांत असते. आपण सुद्धा वादळाच्या केंद्रबिंदूसारख्या कोलाहलयुक्त वातावरणात असेच शांत राहू शकलो तर किती छान झाले असते.

आपण स्वतः वादळाचा केंद्रबिंदू असल्याची कल्पना करणे हीसुद्धा आश्चर्याची गोष्ट आहे. तुमचाही असाच विचार असला पाहिजे आणि आपण त्याचा सराव करू शकलो पाहिजे. उदाहरणार्थ असे मानूया की, आपण अशा कौटुंबिक सोहळ्यासाठी जाणार आहात जिथे खूप गडबड गोंधळ असेल. आपण स्वतःला सांगू शकतो की हा अनुभव आपल्यासाठी शांत राहण्याची संधी म्हणून वापरता येईल. आपण असा संकल्प करू शकतो की, आपण त्या खोलीत एकमेव व्यक्ती आहोत, जी सर्वांत शांत असेल. आपण श्वसनाचा सराव करू शकता. दुसऱ्यांचे बोलणे शांतपणे ऐकून घेण्याचा सराव करू शकता. दुसऱ्यांना तुम्ही योग्य आहात असे म्हणत त्यांना होणाऱ्या आनंदाचा आनंद घेऊ शकता. या गोष्टी आपण आधीपासूनच ठरवल्या तर नक्कीच सहजपणे त्या करू शकतो.

कौटुंबिक कार्यक्रम, कॉकटेल पार्टी, वाढदिवसाच्या पार्ट्या यांसारख्या निरुपद्रवी प्रसंगापासून सुरुवात करा आणि यशस्वी होण्याचा आनंद मिळवा. वादळाचा केंद्रबिंदू झाल्याने आपण वर्तमानावर अधिक चांगल्या पद्धतीने लक्ष केंद्रित करू शकता. पहिल्यापेक्षा अधिक आनंदी राहू शकता. जेव्हा अशा निरुपद्रवी प्रसंगामध्ये वावरण्याचे कौशल्य अंगी बाणवाल, तेव्हा अधिक कठीण परिस्थितीतही हे धोरण तुम्ही अवलंबू शकता. उदाहरणार्थ– संघर्ष सोडवणे, वाईट काळ किंवा दुःख, शोक. आपण हळूहळू पुढे जात राहिलो तर वादळाचा केंद्रबिंदू कसे व्हायचे, हे शिकू शकतो.

७३

आपल्या संकल्पात होणाऱ्या बदलांप्रति लवचीक राहा

मी जेव्हा एखादा मनसुबा ठरवतो, तेव्हा तो सोडून पुन्हा प्रवाहासमवेत चालणे कठीण होऊन जाते. एखादा मनसुबा किंवा संकल्प जर यशस्वी व्हायचा असेल, तर त्यासाठी काय करणे गरजेचे असते ते मला शिकवण्यात आले होते.

मात्र त्याबरोबर ही गोष्टही खरी आहे की लवचीकतेच्या अभावी मनात होणारा अंतर्गत संघर्ष अनेकदा लोकांच्या मनात निराशा आणतो.

बऱ्याचदा मी सकाळच्या वेळेत लेखन करतो. उदाहरणादाखल सांगायचे तर मी या पुस्तकाचे लेखन करताना ठरवले होते की सकाळी सगळे उठण्याआधी मी या पुस्तकावर काम करणार आहे. मग जर माझी चार वर्षांची लेक सकाळी लवकर उठून माझ्याकडे आली तर काय होणार? माझा संकल्प तसाच राहून जातो. मग माझ्या मनात त्याविषयी खेद असला पाहिजे का? किंवा असेही होऊ शकते की मी ऑफिसला जाण्यापूर्वी धावायला जाण्याचे लक्ष्य डोळ्यांसमोर ठेवले असेल पण ऑफिसमधून अचानक आलेल्या तातडीच्या फोनकॉलमुळे धावायला जाणे रहित करावे लागेल.

अशी अनेक उदाहरणे आपल्याला सांगता येतील जेव्हा आपल्या संकल्पात बदल करावा लागेल, आपण ठरवलेले काम पूर्ण होऊ शकत नाही आणि कोणाला तरी आपले बोलणे पूर्ण करता येत नाही. आपल्या अपेक्षेपेक्षा कमी पैसे मिळतात, आपल्याकडे नियोजित वेळेपेक्षा कमी वेळ असतो. अनपेक्षितपणे कोणते तरी नवीन काम येते- हा असा घटनाक्रम सतत सुरू राहतो. अशा वेळी आपण स्वतःला प्रश्न विचारायला हवा की आपल्यासाठी महत्त्वाचे काय आहे?

आपण नेहमी असा बहाणा करतो की, आपल्या नियोजनात बदल झाल्यास निराशा येणे तर स्वाभाविक आहे. अर्थात, आपण कशाला प्राधान्य देतो त्यावर ते अवलंबून आहे. आपल्याला काय महत्त्वाचे वाटते, लिखाणाच्या दिनचर्येत खंड न पडणे की आपल्या चार वर्षांच्या मुलीबरोबर वेळ घालवणे? तीस मिनिटाचे धावणे सोडता येऊ शकते का? जेव्हा आपण स्वतःलाच असा प्रश्न विचारतो, की आपल्याला प्रगती करता करता, आयुष्याच्या प्रवाहाबरोबर वाहत जाण्यासाठी काय

करायला हवे, तेव्हा या प्रश्नांची उत्तरे आपल्याला मिळू शकतात. जर आपल्याला शांत स्वभावाची व्यक्ती व्हायचे असेल तर, आपल्याला कट्टरतेपेक्षा लवचीकतेला प्राधान्य द्यावे लागेल, अर्थात यालाही अपवाद असू शकतात. माझ्या असेही लक्षात आले की जर एखाद्या नियोजित कामामध्ये बदल करावा लागला आणि मी स्वतःला योग्य पद्धतीने समजावू शकलो, तर सर्व समस्या तिथेच संपून जातात.

आपल्या नियोजनात लवचीकता ठेवली तर आपल्याबाबत आश्चर्यकारक गोष्टी घडणे कमी होते. आपण पहिल्यापेक्षा अधिक शांत राहतो आणि आपल्या उत्पादक क्षमतेचा आपल्याला त्याग करावा लागत नाही. असेही होऊ शकते की आपली उत्पादकता पहिल्यापेक्षा वृद्धिंगत होईल कारण चिंता आणि तणाव यांच्यात आपली ऊर्जा खर्च होणार नाही. मीदेखील या गोष्टीवर विश्वास ठेवायला शिकलो की, मी माझ्या वेळेच्या मर्यादा पाळेन, माझी बहुतांश लक्ष्य गाठेन आणि माझ्या जबाबदाऱ्यांचा आदरही करेन, भले त्यासाठी मला माझ्या नियोजनात थोडा किंवा जास्त बदल करावा लागो. अशाच प्रकारे आपल्या आसपासच्या लोकांना स्वाभाविक वाटेल, असा आपल्या नियोजनात बदल झाला तरीही आपण त्यांच्याशी सहज मनोवृत्तीने वागू शकाल.

७४

आपल्यापाशी जे आहे त्याविषयी विचार करा; जे हवे आहे त्याविषयी विचार करू नका

गेल्या बारापेक्षाही अधिक वर्षांपासून ताणतणाव नियंत्रक सल्लागार म्हणून वावरताना मी अत्यंत अहितकारक आणि सर्वव्यापी मानसिक प्रवृत्तीचा साक्षीदार राहिलो आहे. माझे असे निरीक्षण आहे की, आपण जी गोष्ट आपल्याकडे आहे त्याच्यावर लक्ष देत नाही, तर आपण ज्या गोष्टी आपल्याला हव्या आहेत त्याच गोष्टींवर लक्ष केंद्रित करतो. आपल्याकडे किती काय काय आहे या गोष्टींनी फरक पडत नाही. आपल्या इच्छांची यादी इतकी वाढवत करत जातो की तीच आपल्या असंतोषाचे कारण बनते. आपले मत असते की, 'माझी ही इच्छा जेव्हा पूर्ण होईल तेव्हा मी आनंदी होईन'. आणि हेच मत ती इच्छा पूर्ण झाली की पुढच्या इच्छेसाठीही कायम राहते.

आमच्या एका मित्राने घेतलेल्या नव्या घराच्या निमित्ताने मेजवानीसाठी सर्वांना बोलावले.

पुढच्या वेळी आम्ही जेव्हा भेटलो, तेव्हा तो पुढच्या घराविषयी बोलत होता, जे आधीच्या घरापेक्षाही मोठे असणार होते. असा तो एकटाच नाहीये, आपल्यापैकी अनेक लोक अशाच प्रकारे वागतात. आपल्या हे किंवा ते काहीतरी हवेच असते. जर आपल्याला मनाजोगती गोष्ट मिळाली नाही तर आपण सातत्याने त्याविषयी विचार करत राहतो. आपल्या नव्या परिस्थितीमध्येही तेच विचार कायम असतात आणि मग आपण दुःखी होतो. जेव्हा आपण नव्या इच्छांना आमंत्रण देतो, तेव्हा आनंद मागे सुटतो.

नशिबाने, आनंदी राहण्याची एक पद्धत आहे. त्यासाठी आपल्या इच्छांबद्दलचे असलेले विचार हटवून ते आपल्याकडे ज्या गोष्टी आधीपासूनच आहेत त्याकडे लक्ष केंद्रित करायला हवे. आपले सहकारी बदलण्याऐवजी त्यांच्या गुणांकडे लक्ष दिले, तर ते अधिक प्रेमाने वागतील. आपल्या पगाराविषयी तक्रार करण्यापूर्वी आपल्याकडे नोकरी आहे यासाठी आभार माना. सुट्टी न घेता येण्याचा राग धरण्यापेक्षा, आपल्या घराजवळच्या ठिकाणी जाऊन आपण किती मज्जा केली होती हे आठवा. अशा शक्यतांची यादी अंतहीन आहे.

प्रत्येकी वेळी जेव्हा आपण इच्छांच्या जाळ्यात अडकायला लागू, तेव्हा या सर्व गोष्टींचा पुन्हा नव्याने विचार करा. दीर्घ श्वास घेत त्या गोष्टींबद्दल कृतज्ञता व्यक्त करा, ज्या आपल्या आयुष्यात आधीपासूनच आहेत किंवा आपल्या सहकाऱ्यांच्या गुणांवर लक्ष केंद्रित केले तर आयुष्य अधिक सुंदर होईल. नोकरीत उत्पादकता वाढेल आणि आपली पदोन्नती होईल. आपण आपल्या इच्छित जागी जाऊ शकाल किंवा नाही तरी, पण आपल्याला कुठेही आणि कोणत्याही जागी आनंद घेणे जमू लागेल.

आपल्याला एक लक्षात ठेवायचे आहे की आपल्याला केवळ आपल्याकडे आधीपासून असलेल्या गोष्टींवर लक्ष केंद्रित करता आले पाहिजे. त्यामुळे आपले आयुष्य यापेक्षा अधिक चांगले होऊ शकेल. समाधान कशाला म्हणतात हे आयुष्यात पहिल्यांदाच तुमच्या लक्षात येईल.

७९

नकारात्मक विचारांकडे दुर्लक्ष करण्याचा सराव

मानवी मनामध्ये एका दिवसात सरासरी ५० हजार विचार येत असतात, असा एक अंदाज वर्तवला गेला आहे. यांपैकी काही विचार सकारात्मक आणि काही निर्मितिक्षम विचार असतात. दुर्दैवाने, आपल्यापैकी अनेकजण नकारात्मक- चिडके, घाबरट, निराश, चिंताग्रस्त राहतात. शांत होण्याच्या दिशेने वाटचाल करताना- हे महत्त्वाचे नाही की आपल्या मनात नकारात्मक विचार येतात की नाही- आपल्याला ठरवायचे आहे की असे विचार मनात आल्यानंतर त्यांना सामोरे कसे जायचे?

नकारात्मक विचारांना सामोरे जाण्याचा आपण विचार करतो, तेव्हा आपल्याकडे दोन पर्याय असतात - विचार करणे, अभ्यास करणे व अजून थोडा विचार करणे किंवा या विचारांचा अस्वीकार करणेही आपण शिकू शकतो. त्या विचारांकडे लक्ष न देता दुर्लक्ष करायचे आहे. शांत राहायला शिकण्याच्या वाटचालीत नकारात्मक विचार गांभीर्याने न घेणे किंवा त्यांच्याकडे दुर्लक्ष करणे आपल्यासाठी योग्य ठरू शकते.

जेव्हा आपल्या डोक्यात कोणताही विचार येतो, तेव्हा तो केवळ एक विचार असतो. आपल्या इच्छेशिवाय तो आपल्याला कुठलीही हानी पोहोचवू शकत नाही. उदाहरणार्थ, जर आपल्या भूतकाळाविषयी विचार आला की आपण एखादे काम चांगल्या प्रकारे केले नाही, ज्यामुळे आपल्या आईवडिलांना दुःख झाले. असेही होऊ शकेल की, हा विचार आपल्या अंतर्गत संघर्षाचे कारण ठरू शकतो. आपल्या मनात त्या विचाराला महत्त्व देऊन आपण स्वतःला असा विश्वास देऊ शकता की, यामुळे तुम्ही दुःखी व्हायला हवे किंवा या विचाराकडे तिथेच दुर्लक्ष करायचे असेही ठरवू शकता.

तुमचे बालपण कदाचित अवघड असेल, पण आत्ताच्या वर्तमान क्षणाला आपण कोणत्या विचारांकडे लक्ष द्यायला हवे याची निवड आपल्या हाती आहे.

हेच मानसिक मापदंड आपल्या आजच्या विचारांनाही लागू होतात. तेच मापदंड आपल्या आजच्या संध्याकाळशी निगडित आगामी विचारांनाही लागू

होतात. तेच येत्या दहा वर्षांसाठीही उपयुक्त ठरतील. आपल्याला कोणत्याही परिस्थितीत असेच वाटेल की, जर आपण नकारात्मक विचारांना आपल्यापासून दूर केले तर त्याच क्षणी सकारात्मक विचारसरणी मूळ धरण्यास वेळ लागणार नाही. आणि अशा शांत मानसिक अवस्थेत आपला विवेक व समजूतदारपणा आपल्याला काय करायला हवे हेदेखील सांगतील. या धोरणाचा सराव करायला हवा, पण जर ते अंगवळणी पडले तर आपल्या आयुष्यात बदल घडून येईल.

कुटुंब आणि मित्रांकडून शिकण्याची तयारी ठेवा

मला या गोष्टीचा फार खेद होतो की, अत्यल्प लोकांना आपल्या आसपासच्या लोकांकडून म्हणजे आपले आईवडील, सहकारी, मुले आणि मित्रांकडून काही शिकायची इच्छा आहे. खुल्या मनाने काही ग्रहण करण्याऐवजी आपण स्वतःला भीती, लाज, हट्ट किंवा गर्व याच वर्तुळात बांधून ठेवतो. जणू आपण स्वतःलाच सांगत असतो की, मी जितके शिकू शकलो, ते सर्व याआधीच शिकून झाले आहे; आता मला त्या व्यक्तीकडून आणखी काहीही शिकायचे नाही.

पण ही नक्कीच खेदाची गोष्ट आहे, कारण आपल्या प्रेमाचे लोकच आपल्याला चांगल्या प्रकारे ओळखत असतात. अनेकदा ते आपल्याला असे उपायही सांगतात, जे आपल्याला उपयोगी पडणार असतात. जर आपण गर्व किंवा हट्टाने काहीही शिकलो नाही तर आपल्या आयुष्यात सुधारणा घडवून आणणारे ते अद्भुत आणि सोपे उपाय सुटून जातात.

मी माझ्या कुटुंब आणि मित्रांच्या सल्ल्यांबाबत आग्रही असतो. मी अनेकदा माझ्या मित्रांना आणि कुटुंबातल्या सदस्यांना हेदेखील विचारतो की त्यांना माझ्यात कोणत्या कमतरता जाणवतात? यामुळे ती व्यक्ती स्वतःला विशेष समजू लागते आणि मला काही चांगले सल्लेही मिळतात. स्वविकासासाठी यापेक्षा चांगला मार्ग नाही, पण कोणीच याचा उपयोग करून पाहण्यास इच्छुक नाही. यासाठी आपल्याकडे हवी थोडी विनम्रता आणि हिंमत, तसेच आपल्या अहंपासून मुक्त होण्याची योग्यताही असली पाहिजे. जर आपल्याला सल्ल्याकडे दुर्लक्ष करायची सवय असेल तर आपल्यासाठी ही गोष्ट अधिक गरजेची आहे. आपण त्या सल्ल्यांना आपली निंदा मानतो व आपल्या कुटुंबीयांपासून दुरावतो. अशी कल्पना करा की, तुम्ही गांभार्याने त्यांचा सल्ला मागितलात तर ते नक्कीच अचंबित होतील.

आपल्याला हे ठरवायला हवे की कोणत्या व्यक्तीकडून कोणत्या प्रकारचा सल्ला घेणे इष्ट आहे, जसे मी माझ्या वडिलांकडून व्यावसायिक सल्ला घेतो. भले मला त्यांच्याकडून त्यापायी मोठे भाषण ऐकावे लागले, तरीही ते माझ्या उपयोगी पडते. बहुतेक वेळा त्यांचा सल्ला माझ्या उपयोगी पडतो आणि त्यांच्याकडून शिकण्यासाठी मला स्वतःचे नुकसानही करून घ्यावे लागत नाही.

७७

कुठेही राहा, आनंदी राहा

एक गोष्ट खेदाने सांगावी लागते ती म्हणजे आपल्यापैकी बहुतांश लोक आपला आनंद अनिश्चित काळासाठी टाळत राहतात. अर्थात आपण जाणूनबुजून तसे करतो असेही नाही. प्रत्यक्षात आपण स्वतःलाच असा दिलासा देत राहतो की एक दिवस आपण आनंदी होऊ. जेव्हा आपली बिले भरू, जेव्हा आपली शाळा संपेल, जेव्हा पहिली नोकरी मिळेल, जेव्हा पदोन्नती होईल तेव्हा आपण आनंदी होऊ. आपण स्वतःला असे आश्वस्त करतो की लग्न झाले तर आयुष्य चांगले होईल आणि मग एक मूल झाले की आनंद मिळेल, मग अजून एक हवे. त्यानंतर आपण निराश होत मुले मोठी होण्याची वाट पाहतो म्हणजे आपल्या मनाला आनंद होईल. आपण पहिल्यापेक्षा अधिक संतुष्ट होऊ शकू. त्यानंतर आपल्याला किशोरवयातल्या मुलांसमवेत राहावे लागते. जेव्हा ते या अवस्थेतून बाहेर पडतील, तेव्हा आपल्याला खूप आनंद होईल. आपण स्वतःला सांगतो की जेव्हा आपल्या साथीदाराबरोबर सूर जुळतील, जेव्हा नवी कार मिळेल किंवा आपण सुट्टी घेऊ, जेव्हा निवृत्त होऊ किंवा काहीतरी विशेष गोष्ट मिळवू, तेव्हा आपले आयुष्य पूर्ण होईल. आणि हे सातत्याने अंतहीनपणे सुरूच राहते.

यादरम्यान आयुष्य पुढे जाते, वास्तविक आनंद होण्यासाठी या वेळेपेक्षा अधिक चांगला वेळ असू शकत नाही. मग आत्ता नाही तर कधी? आपण आत्ता आनंदी होण्याचा निर्णय घेणे हे आपल्यासाठी अधिक चांगले आहे. अल्फ्रेड डिसूजाच्या शब्दांत सांगायचे तर दीर्घ काळासाठी तर असेच वाटत होते की आयुष्य सुरू व्हायचे आहे- माझे खरे आयुष्य. पण नेहमीच काही ना काही अडचणी येत राहिल्या. सतत अर्धी राहिलेली कामे समोर येत गेली, वेळ कधीच पुरला नाही. कर्ज कधीच पूर्णतः फिटले नाही. मी विचार करायचो की, हे सर्व झाल्यानंतर आयुष्याला सुरुवात होईल. शेवटी लक्षात आले की या अडचणीच तर माझे आयुष्य होते. या दृष्टिकोनाने मला शिकवले की आनंद मिळवण्याचा कोणताही उपाय नाही, आणि मला आयुष्य जगायला शिकवले. प्रसन्नता हाच त्यावरचा उपाय आहे.

७८

वैयक्तिक प्राधान्यक्रमाची यादी करा

सुरुवातीलाच मला आपल्याला हे सांगायला हवे की हे धोरण कितीही साधे वाटले तरीही एकूणातच ते खूप फायदेशीर ठरते. हे धोरण राबवताना आपल्याला अशा खासगी गोष्टींकडे लक्षपूर्वक पाहायला हवे, ज्या आपण स्वतःसाठी खूप महत्त्वाच्या मानत असू. एकदा त्या कोणत्या गोष्टी आहेत हे ठरवले की त्या एका कागदावर लिहून काढा आणि ती यादी एक ते दोन आठवड्यांसाठी बाजूला ठेवून द्या.

उदाहरणार्थ, आपल्या यादीत पुढीलप्रमाणे काहीतरी असेल, १. आनंदासाठी वाचन २. व्यायाम करणे. ३. वेळ काढून समाजसेवा करणे. ४. कुटुंब आणि मित्रांसमवेत वेळ घालवणे. ५. नियमित ध्यानधारणा करणे. ६. निसर्गामध्ये वेळ घालवणे. ७. टापटीप राहणे. ८. डायरी लिहिणे. ९. काही नवीन गोष्टी आजमावून पाहणे. १०. पौष्टिक आहार घेणे. ११. प्रवास करणे आदी.

त्यानंतरचे अवघड काम म्हणजे थोडा काळ गेल्यानंतर ही यादी बाहेर काढून ती वाचा. आता पूर्ण इमानदारीने गेल्या आठवड्याचा किंवा जेव्हा आपण यादी तयार केली तेव्हाचा आढावा घ्या. आपण कामाव्यतिरिक्त त्या यादीप्रमाणे वेळ घालवला का? जर आपली गेल्या आठवड्यांमधली कामे आपण केलेल्या सूचीप्रम ाणे असतील तर आपले अभिनंदन! आपण अल्पसंख्याक आहोत, आणि माझी एकच सूचना आहे ती म्हणजे आपली ही सवय कायमस्वरूपी सुरू ठेवा. माझा अंदाज आहे की, आपण आयुष्यात पूर्णपणे समाधानी आहात आणि तेच समाधान तुमच्या आयुष्यात आणि कामामध्येही दिसून येते आहे.

जर आपली यादी पाहून असे जाणवत असेल की, आपल्या कामातला अधिकसा वेळ दुसऱ्या प्रकारची कामे पूर्ण करण्यात निघून जातो आहे, तर या गोष्टीवर आपल्याला काम करायला हवे. आपण अशा बहुतांश लोकांपैकी आहोत जे व्यायाम करत नाहीत, स्वयंसेवक होत नाहीत आणि आपला बहुतांश वेळ घरातली किंवा कार्यालयीन कामे करण्यात घालवतात. तसे असेल तर आपण हे जाणून घेतले पाहिजे की, आपण बऱ्याचदा अशाच कामांना प्राधान्य देतो, जी आपल्यासाठी अधिक सोयीची असतात. दुर्दैवाने मग आयुष्यही आपल्या उरलेल्या

महत्त्वपूर्ण कामांसाठी वेळ देत नाही. आपण व्यवहार आणि प्राधान्यक्रमांचे संतुलन साधले नाही तर असे कधीच शक्य होणार नाही.

आपल्या आयुष्याचा दर्जा वाढवण्यासाठी व्यायाम करण्याचे इतके महत्त्व का आहे, ते आपण पाहू शकतो. जेव्हा आपण व्यग्र असतो किंवा भरपूर श्रम करतो; तेव्हा थकून जातो, कंटाळतो, तेव्हा आपण सहजपणे आपल्या प्राधान्यक्रमाकडे दुर्लक्ष करतो किंवा टाळाटाळ करतो. असेही असू शकते की आपण दैनंदिनीत आणि व्यग्रतेत इतके गुरफटलेले असतो की आपण केवळ काही कामे करू शकतो किंवा एकही काम करू शकत नाही. तेव्हाही आपल्या अंतर्मनाला जाणवत असते की जी कामे नाही झाली ती आपल्याला सुदृढ करण्यासाठी किती गरजेची होती. आपण स्वतः असे म्हणतो की 'गेले अनेक दिवस मी खूप व्यग्र आहे.. पण मी नंतर ही कामे पूर्ण करणार आहे.' पण आपल्याला कधीच ही कामे पूर्ण करण्यासाठी वेळ मिळत नाही. समाधानाचा हा अभावच काम आणि इतर ठिकाणी नैराश्यात परावर्तित होतो.

एकदा या रचनेबाबत आपण सचेत झालो की आपल्याला बदल करणे सोपे जाते. आपण सहजपणे लहान-मोठ्या सुधारणा करू शकतो. झोपायला जाण्यापूर्वी आपण थोडे वाचन करू शकतो, व्यायाम, ध्यानधारणा किंवा पठण करण्यासाठी थोडे लवकर उठू शकतो आणि अशा प्रकारे ही कामे पूर्ण होऊ शकतात. लक्षात ठेवा, आपल्याला स्वतःसाठी एक प्राधान्यक्रमाची यादी तयार करायची आहे. आपल्याकडे ही कामे करण्यासाठी शक्ती निश्चितपणे आहे. आजच आपल्या प्राधान्यक्रमाची यादी तयार करा, यासाठी मी आपल्याला प्रोत्साहन देतो. - प्रत्यक्षात ही एक नवी सुरुवात असेल.

७९

लक्षात ठेवा, ज्याचा अधिक सराव तसेच आपण घडतो

बहुतांश वेळा चिंतनपर आणि आध्यात्मिक अभ्यासामध्ये पुनरावृत्तीचा सराव हाच मूलभूत नियम मानला जातो. दुसऱ्या शब्दांत सांगायचे तर, आपण ज्याचा सराव करू, आपण तेच होतो. आयुष्यातला कठीण काळ येताच आपण घाबरतो आणि आपल्या बचावासाठी टीकात्मक प्रतिक्रिया देत राहतो. सतत योग्य असल्याचा आग्रह धरत सुरुवातीपासूनच संकट मोठे असल्याचे मानायला लागतो. आयुष्य म्हणजे युद्धस्थिती असल्याप्रमाणे आपले आयुष्य अशाच प्रकारचे करून टाकतो. आपण निराश होतो कारण आपल्या हेच अंगवळणी पडलेले असते.

आपले आयुष्य म्हणजे एका प्रकल्पासारखे असते, ज्यामध्ये आपल्याला स्वतःला सातत्याने सुधारावे लागते. तेव्हा आपण आपल्या बाह्य आणि अंतर्गत सवयींबद्दल सजग होऊ शकतो. आपण वेळ कसा घालवतो? आपल्या सवयी आपल्या लक्ष्यासाठी साहाय्यक अशा आहेत का? आपण जे बोलतो ते आपल्या जीवनमूल्यांशी जुळतेय का? असे महत्त्वाचे प्रश्न स्वतःला विचारा आणि अत्यंत प्रामाणिकपणे त्यांची उत्तरे द्या. तेव्हाच हे ठरवता येईल की आपल्यासाठी कोणते धोरण प्रभावी ठरू शकते. मला स्वतःसोबत थोडा आणखी वेळ घालवायला आवडेल असे स्वतःला सांगत राहता का? की मी ध्यान लावायला शिकू इच्छितो हे सांगता? अनेक लोक कार धुण्यात किंवा टी.व्ही. मालिका पाहण्यात त्यांचा वेळ वाया घालवतात, खरेतर त्या वेळेत ते आयुष्यातल्या अशा पैलूंवर काम करू शकतात, जे त्यांच्या हृदयाच्या अत्यंत जवळ होते. आपण ज्याचा सराव करू, आपण तसेच घडतो ही गोष्ट जर तुमच्या लक्षात असेल, तर असेही होऊ शकते की आपण स्वतःसाठी एका वेगळ्या प्रकारचा मार्ग/ सराव निवडू शकतो.

८०

मन ठेवा शांत

पास्कलने म्हटल्याप्रमाणे, माणसाच्या सर्व समस्यांचे मूळ हेच आहे की माणूस एखाद्या खोलीत शांतपणे एकटा बसू शकत नाही. मी खात्रीने नाही सांगू शकत की मी इतका शांत बसू शकेन की नाही. मात्र एक नक्की की, शांत मन हे आंतरिक शांतीचा आधार असते. आंतरिक शांतताच बाह्य शांतीच्या रूपात प्रकट होते. तरीही मनाची शांतता राखण्याच्या अनेक पद्धती आहेत, जसे मनन, दीर्घ श्वास घेणे, विचार करणे आणि मनात चित्र रंगवणे, मात्र सार्वत्रिकपणे ध्यान पद्धतीचा स्वीकार करण्यात आला आहे आणि त्याचा सर्वाधिक वापरही केला जातो. आपण जर दिवसभरात पाच ते दहा मिनिटे जरी आपले मन शांत राखू शकलो, तर ही स्थिरता आपल्या दैनंदिन आयुष्यात नक्कीच दिसून येईल. आपण गोष्टींवर प्रतिक्रिया देण्यापासून मुक्त व्हाल आणि लहान लहान अडचणींना आपातकालीन संकट मानण्याचा आपला दृष्टिकोनही बदलून जाईल.

ध्यान आपल्याला शांत राहायला शिकवत पूर्णपणे वेगळे व्हायला शिकवते. ते आपल्याला शांतपणे जगायला शिकवते. ध्यानाची अनेक रूपे आणि पद्धती उपलब्ध आहेत. अर्थात ध्यानासाठी आपल्याला स्वतःचे मन रिक्त करावे लागते. बऱ्याचदा शांत वातावरणातच ध्यान करणे शक्य होते. आपण डोळे बंद करून, आत–बाहेर करणाऱ्या श्वासावर लक्ष केंद्रित करतो. जेव्हा विचार आपल्या मनात प्रवेश करतात, तेव्हा आपण ते जाऊ देतो आणि पुन्हा श्वासावर लक्ष वळवतो. हे सतत करत राहा. काळानुरूप, आपण श्वासावर लक्ष केंद्रित करणे शिकतो आणि आपल्या इकडे तिकडे भटकणाऱ्या मनाला शांत करायला शिकतो.

मनाला शांत करणे इतके सोपे नाही, हे आपल्या लवकरच लक्षात येईल. मनाला जसे तुम्ही शांत करायला पाहाल, तेवढेच ते विचारांनी भरून जाते. सुरुवातीला काही क्षणांपेक्षा जास्त वेळ ध्यान केंद्रित होऊ शकत नाही. आपल्याला जर प्रभावी ध्यानसाधक होण्याची इच्छा असेल, तर सातत्याने स्वतःवर काम करावे लागेल. निराश होऊ नका. दर दिवशी काही मिनिटांचा वेळ आपल्यासाठी फायदेशीर ठरेल. आपल्या समाजाच्या ध्यानकक्षातही आपण जाऊ शकता किंवा एखाद्या पुस्तकाची किंवा ऑडियो बुकचीही मदत घेऊ शकता. ध्यान केल्याविनाच शांततेने राहणारे फारसे लोक माझ्या पाहण्यात नाहीत.

८१

योगाचा स्वीकार

ध्यानधारणेप्रमाणे योगदेखील एक प्रभावी माध्यम आहे. ज्याच्या मदतीने आपण शांत आणि सरळमार्गी होऊ शकतो. शतकानुशतके योग मन शांत आणि मुक्त करण्यासाठी वापरले जात आले आहे. त्यामुळे लोकांना साधेपणा आणि समानता मिळते. योग आपण दैनंदिन पातळीवर काही मिनिटांसाठी करू शकतो. कोणत्या वयाचे किंवा तंदुरुस्ती असणारे लोक योग करू शकतात. मी एकदा योगवर्गामध्ये सहभागी झालो होतो, त्यामध्ये सत्तर वर्षांच्या आजोबांपासून दहा वर्षापर्यंतचे बालकही सहभागी झाले होते. यात कोणी प्रतिस्पर्धी नसतो. आपण आपल्या गती आणि सोयीनुसार त्याचा सराव आणि प्रगती करतो.

अर्थात योग शारीरिक रूपात केला जातो, त्यामुळे शारीरिक लाभाव्यतिरिक्त मानसिक लाभही होतात. शारीरिकदृष्ट्या योग स्नायू, पाठीचा मणका यांची लवचीकता आणि ताकद वाढवतो. भावनिक दृष्ट्या, योगाभ्यासामुळे सहजता आणि शांतता मिळते.

योगाभ्यास करताना अनेक सोपी आणि अवघड योगासने केली जातात. ती शरीराच्या गरजेनुसार सुचवली जातात. ज्यामुळे मान, पाठ, नितंब, पाय आणि मणका यांना ताण बसतो. जेव्हा आपण योगाभ्यास करतो, त्या वेळी आपण त्या आसनावर पूर्ण लक्ष केंद्रित करतो.

योगाचे खूप आश्चर्यकारक परिणाम होतात. केवळ काही मिनिटांमध्ये आपल्याला सचेत असल्याची जाणीव होते. शांत आणि सहजता जाणवते. मन स्पष्टपणे विचार करू लागते. आपला दिवस सुलभ आणि एकाग्र होतो. मी योगाभ्यासासाठी वेळ काढू शकत नाही, असे मला वाटत होते. पण आता माझी पूर्ण खात्री झाली की सत्य याच्या उलट आहे. योगाभ्यास करण्यासाठी माझ्याकडे वेळच वेळ आहे. त्यामुळे मी तरुण आणि उत्साही होतो. कुटुंबीय आणि मित्रांसमवेत शांततापूर्ण आणि चांगला वेळ घालवण्याचे ते साधनही आहे. सर्वांनी मिळून टीव्ही पाहण्यापेक्षा, माझ्या दोन्ही मुलींबरोबर योगाचे व्हिडिओ लावून मी काही वेळासाठी योगाभ्यास करतो.

ध्यानधारणेप्रमाणे आपल्याला कोणत्या समाज मंदिर, हेल्थ क्लब किंवा वायएमसीए मध्ये योगाभ्यासाचे वर्ग मिळू शकतात. आपल्याला जर पुस्तक घ्यायचे असेल तर मला रिचर्ड हिटलमॅनचे 'ट्वेंटी एट डेज् एक्सरसाईज' हे नियोजन योग्य वाटते. त्याशिवाय या संदर्भात अनेक व्हिडिओ उपलब्ध आहेत किंवा 'योग जर्नल' नावाच्या मासिकातून आपण मदत घेऊ शकता.

८२

सेवाभाव जीवनाचे एक अविभाज्य अंग आहे

अधिक प्रेमळ आणि दयाळू होण्यासाठी आपल्याला पावले उचलावी लागतील.

अर्थात त्यासाठी आपल्याला ठरावीक पद्धतीने काही करायचे नाहीये, याचे काही साचेबद्ध सूत्र ठरलेले नाही. औदार्य आणि दयाळूपणाने केलेले काम सहज घडून जाते. व्यक्तीच्या विचारांमध्ये सेवाभाव आणि काही देण्याची भावना असते.

अनेक तत्त्वज्ञ आणि गुरूंकडून मी हेच शिकलो की, माझ्या दिवसाची सुरुवात स्वतःला असा प्रश्न विचारून केली पाहिजे की 'मी कोणाच्या उपयोगी येऊ शकतो?' मला असे अनेक उपाय आठवू लागतात, जेणेकरून मी दुसऱ्याची मदत करू शकतो. जेव्हा मी स्वतःला हा प्रश्न विचारण्यासाठी वेळ काढतो, तेव्हा संपूर्ण दिवस अनेक उत्तरे माझ्यासमोर येत राहतात.

आपण दुसऱ्यांच्या उपयोगी यावे, हेच जर तुमचे ध्येय असेल, तर असे करण्यासाठी तुम्हाला खूप संधी मिळतील. दुसऱ्यांची सेवा करण्याच्या अनंत संधी आपल्याकडे आहेत. अनेक वेळा मित्राला किंवा अनोळखी व्यक्तीला आपल्या घरी आसरा देणे, प्रवासात ज्येष्ठांना आपली जागा देणे, लहानग्याला रस्ता ओलांडून देणे, एखाद्या गटाशी वार्तालाप करणे, पुस्तक लिहिणे, मुलीला शाळेसाठी मदत करणे, गरजूला चेकस्वरूपात दान देणे, किंवा रस्त्यावर पडलेला कचरा उचलणे हे सर्व यामध्येच मोडते. माझे मत असे आहे की, आपल्याला कोणाची फक्त एकदाच सेवा करायची नाहीये. दुसऱ्यांची सेवा करताना असाही विचार नाही करायचा की ते आपल्यासाठी काहीच का करत नाहीत? आपल्या आयुष्यात सेवाभाव कायम राहणारा भाव असला पाहिजे. जर कुठे कचरा दिसला आणि ते आपले काम नसले तरीही सफाई करून टाकावी. जर कोणी चिंताग्रस्त असेल, कदाचित त्याला तुमच्या एका मिठीची किंवा स्पर्शाची गरज असेल, तर तसे करा. त्यांचे बोलणे ऐका. गरजवंताला आपल्याकडून शक्य तितकी मदत करा.

मी एक गोष्ट शिकलो की जर आपल्या मनात सेवाभाव असेल तर आपला संपूर्ण दिवस लहान लहान कामांतूनसुद्धा दुसऱ्यांची मदत करण्यामध्ये जातो. आपले

कुटुंब, मित्र आणि अनोळखी व्यक्तींचा ऐकणारा कान होणे हीदेखील मदतच आहे. मला माहिती आहे की, मला निःस्वार्थी होणे शिकण्यासाठी मोठाच टप्पा गाठायचा आहे. अर्थात मला हेदेखील माहिती आहे की, सेवेला आयुष्याचे अविभाज्य अंग बनवल्याने माझे आयुष्य अधिकच सुंदर झाले आहे. कोणाला काहीतरी देणे हादेखील एक पुरस्कारच आहे. खरे पाहता, आपण जे देतो, त्याच्या पटीत ते परत येते. जेव्हा आपण आगळ्यावेगळ्या प्रकारे आणि अधिकाधिक देऊ, तेव्हा आपण खूप सखोल शांततेचा अनुभव घेऊ शकतो. यामुळे प्रत्येकाचा विजय होईल, विशेष म्हणजे आपला स्वतःचा नक्कीच होईल.

८३

निरपेक्ष भावाने करा मदत

आपण या धोरणाच्या माध्यमातून आपल्या आयुष्यात सेवाभावाला एक अविभाज्य अंग म्हणून सामील करू शकतो. हा भाव आपल्याला शिकवतो की निरपेक्ष भावनेतून एखाद्याला मदत करतो तेव्हा आपले आयुष्य किती सुखी होते.

अनेकदा लोक कळत-नकळत दुसऱ्याकडून काही ना काही मिळण्याची अपेक्षा करतात. दुसऱ्यासाठी काही केल्यानंतर त्यांच्याकडून परतफेडीची अपेक्षा असते. 'मी बाथरूम घासले तर त्याने स्वयंपाकघर स्वच्छ केले पाहिजे'. 'गेल्या आठवड्यात मी तिच्या बाळाला सांभाळले, या आठवड्यात तिने माझ्या बाळाला सांभाळले पाहिजे.' अशा प्रकारे आपण चांगल्या कामाचे मोल करून त्याची किंमत कमी करतो. जेव्हा आपण कोणासाठी काही करतो आणि फक्त ते केल्याचा आनंद घेतो, तेव्हा आपल्याला सहजता आणि शांतता अनुभवता येते.

जेव्हा आपण व्यायाम करतो तेव्हा मेंदूमध्ये एंडोर्फिन नावाचा स्राव वाढू लागतो, आणि शारिरीकदृष्ट्या आपल्याला उत्साही वाटते. तशाच प्रकारे आपला दयाळूपणा आणि प्रेमदेखील आपल्याला भावनिक प्रेरणा देते. आपण काही चांगले केल्यानंतर निव्वळ आभाराचीही अपेक्षा ठेवू नये. खरे पाहता, मदत केलेल्या व्यक्तीला तुम्ही त्याच्यासाठी काही केले आहे हे सांगायचीही गरज नाही. एखाद्या गोष्टीच्या बदल्यात आपल्याला काही मिळण्याची अपेक्षा असते तेव्हा आपल्या मिळालेल्या शांततेच्या भावनेत हस्तक्षेप केला जातो. आपले स्वतःचेच विचार डोक्यात थैमान घालत असतात आणि मग आपण हाच विचार करतो की, याच्या बदल्यात आपल्याला काय मिळणार? जेव्हा आपण केलेल्या मदतीविषयी असे विचार मनात येणार नाहीत, तेव्हा आपला सकारात्मक भाव आपोआप परत येतो.

प्रत्यक्षात जेव्हा आपण कुणासाठी काहीतरी करतो आणि त्या बदल्यात काहीही अपेक्षा ठेवत नाही- मग ते सहकाऱ्यासाठी गॅरेजची स्वच्छता असो किंवा टेबल लावणे असो, शेजाऱ्याच्या बागेत गवत कापणे असो किंवा कामावरून लवकर येऊन घर आणि मुलांना सांभाळणे असो- जेव्हा आपण काम करून टाकतो तेव्हा निरपेक्ष मदत केल्याने आपल्या जीवाला शांतता मिळेल. जर असे सातत्याने होत राहिले तर ही भावनाही आपल्यासाठी कोणत्याही पुरस्काराइतकीच मोलाची ठरते.

८४

प्रभावी श्रोता होणे हे तणाव कमी करण्याचे साधन

माझ्या मागच्या बहुतांश पुस्तकांमध्ये ऐकण्याच्या कलेच्या विविध पैलूंबाबत चर्चा केली आहे. सातत्याने ऐकण्याच्या कलेवर मी भर देतो, कारण माझ्या मते, आयुष्याच्या सर्व पैलूंमध्ये, वैयक्तिक आणि व्यावसायिक पातळीवरही यश मिळवण्याचा हा महत्त्वाचा मार्ग आहे. ऐकण्याची कला थोडी विकसित केली तर गोड संबंध, वृद्धिंगत होणारी कामगिरी तसेच तणाव कमी करण्यात त्याचा खूप मोठा फायदा होऊ शकेल.

कामादरम्यान आपल्या ऐकण्याच्या कलेवर लक्ष द्या. आपल्या सहकाऱ्यांच्या गोष्टी आपण खरेच ऐकतो का? आपली वेळ येण्याआधी त्यांना काय सांगायचे ते पूर्ण ऐकतो का? तुम्ही दुसऱ्यांसाठी आपले बोलणे कधीतरी लवकर संपवले आहे का? मीटिंगमध्ये बसल्यानंतर तुम्ही सहनशील व जबाबदार व्यक्तीची भूमिका निभावता की असहिष्णू व प्रतिक्रिया द्यायला व्याकूळ असलेल्या व्यक्तीची? आपण दुसऱ्याच्या बोललेल्या शब्दांकडे लक्ष देता का, की ते काय सांगू इच्छितात हे तुम्हाला माहिती असते? ही गोष्ट आपल्या स्वतःला विचारा व तसे केल्याने आपल्या मनात जे प्रश्न निर्माण होतात, ते आपल्याला मदत करू शकतात? मी जितक्या लोकांना विचारले, त्यापैकी बहुतांश लोकांना ऐकण्याच्या कलेमध्ये थोडी सुधारणा करण्याची गरज आहे, असे लक्षात आले.

प्रभावीपणे ऐकण्याच्या क्षमतेमुळे अनेक कारणांमुळे तणाव कमी होतो. सर्वांत पहिली गोष्ट म्हणजे, जे लोक लक्षपूर्वक ऐकतात, ते फार उच्च पातळीवरील, आदरणीय आणि लोकप्रिय असतात. खऱ्या अर्थाने ऐकणारे लोक कमी असतात, प्रभावी पद्धतीने ऐकणाऱ्या लोकांना जनतेची पसंती मिळते- याचे कारण ते पाठीमागे बोलणे, नाराज होणे, घोटाळा आणि सर्वच वाईट कामांपासून बचाव करण्याचा प्रयत्न करतात. चांगले श्रोता असणारे लोक सहजपणे आजूबाजूला असलेले जाणवतात त्यामुळेच शांत राहून, आपण त्यांच्यापर्यंत पोहोचू शकतो आणि त्यांची मदतही करू शकतो. आणि जेव्हा तुम्ही उत्तम श्रोता म्हणून तयार होता, तेव्हा आपल्या आसपास अशा लोकांचे वर्तुळ तयार होते; जे आपल्यासाठी मदतीचा हात पुढे करतात. आणि जेव्हा आपण उत्तम श्रोता होतो, तेव्हा आपल्याही

आसपास अशा लोकांचा वावर वाढतो, जे आपल्याला मदत करू शकतात. चांगल्या श्रोत्याशी लोक प्रामाणिक राहतात कारण ते त्यांच्या प्रश्नांना प्रतिक्रिया देतात व त्यांचा आदर करतात.

प्रभावी पद्धतीने ऐकण्याची कला आपल्याला हे जाणून घेण्यास मदत करते की लोकांना आपल्याला पहिल्यांदा काय सांगायचे आहे, ज्यामुळे आपण अनेक चुका करण्यापासून आणि चुकीचे अंदाज लावण्यापासून वाचतो, जे कदाचित तणावाचे कारण असू शकते. आपण लोकांना विचारले की, असे काय आहे ज्यामुळे ते नाराज होतात आणि त्यांना राग येतो, तेव्हा अधिकांश लोक सांगतील त्यात पहिले वाक्य हेच असेल की माझे कोणीच ऐकत नाही. त्यामुळे दुसरे काय म्हणताहेत, ते लक्ष देऊन ऐका, जेणेकरून परस्पर संघर्ष टाळण्यात मदत मिळेल. प्रभावी श्रोता झाल्याने आपल्या वेळेची बचत होते, कारण निष्काळजीपणे झालेल्या चुका रोखण्यासाठी याची मदत होते. दुसऱ्यांकडून दिले जाणारे सल्ले आणि विचार आपल्यासाठी खूप सुलभ होऊन जातात. ज्यामुळे आपला विनाकारण वेळ घालवणाऱ्या चुका करण्यापासून बचाव होतो.

त्वरित आणि हवा तसा परिणाम मिळवण्यासाठी जे मनोकल्प असतात त्यातला हा प्रभावी टप्पा असू शकतो. त्यासाठी आपल्याला थोडे अधिक काम करावे लागेल, मात्र तसे केल्यास आपल्यासाठी हा फायदेशीर व्यवहार ठरू शकतो. आपण ज्या लोकांमध्ये राहून काम करतो आहोत, त्यांनाही आपण सर्वांपेक्षा वेगळ्या पद्धतीने काम करतो आहोत ही गोष्ट सांगण्यापासून कोणी रोखू शकत नाही. पण जेव्हा ते आपल्या आसपास असतील किंवा आपल्याशी बोलतील, तेव्हा त्यांना काहीतरी वेगळे जाणवेल. लोकांकडून पसंती मिळणे आणि कौतुक होण्याबरोबरच, आपण स्वतः शांत आणि स्थिर झाल्याचेही जाणवेल.

८५

समस्या - आपले शिक्षक

आयुष्यातल्या अडचणींना तणावाचे सर्वांत मोठे कारण मानले जाते, असे बहुतेक लोकांना वाटते. अर्थात याचे अधिक अचूक आकलन हेच आहे की, आपल्याला किती तणाव जाणवतो. त्याचा संबंध समस्येशी असण्याऐवजी समस्येशी असलेल्या आपल्या संबंधांवर अवलंबून आहे. दुसऱ्या शब्दांत सांगायचे तर, आपल्या समस्यांना आपण किती मोठे करतो? आपण त्यांना आणीबाणीची परिस्थिती मानतो की आपले संभाव्य शिक्षक मानतो?

समस्या वेगवेगळ्या स्वरूपात, आकारात आणि गांभीर्याच्या विविध पातळ्यांवर येतात, मात्र यात एक गोष्ट समान असते ती म्हणजे त्या आपल्याला असे काही देऊन जातात, जे सर्वांपेक्षा वेगळे असते आणि ते आपल्याला मिळवायचे असते. आपल्या समस्यांशी आपण जितका जास्त संघर्ष करू, त्या आपल्यापासून जितक्या दूर लोटू, तितक्या त्या अधिक त्रासदायक होत तणावाचे कारण ठरतात. पण सत्य नेहमीच याच्या उलट असते. जेव्हा आपण समस्यांकडे आयुष्याच्या अविभाज्य भागाच्या रूपात पाहू, त्यांच्याकडे संभाव्य शिक्षक म्हणून पाहू, तेव्हा असं वाटेल की आपल्या खांद्यावर ठेवलेले ओझे उतरले आहे.

एखाद्या अशा समस्येविषयी विचार करा, जिच्याशी गेला काही काळ आपण झुंजतोय. आत्तापर्यंत तुम्ही ती कशी हाताळली आहे? जर तुम्ही याचे विश्लेषण केले तर लक्षात येईल की, समस्येवरचा काही उपाय मिळाला नाहीच पण हा संघर्ष आपल्याला नेमके कुठे घेऊन आला आहे? असेही होऊ शकते की आपण पहिल्यापेक्षा जास्त तणावग्रस्त झाला आहात.

त्याच समस्येकडे आता नव्या नजरेने पाहा. समस्येला दूर ढकलण्यापेक्षा ती आपलीशी करा. मानसिकदृष्ट्या ती आपल्या हृदयाजवळ आहे असे समजा. स्वतःला विचारा की, या समस्येमुळे आपल्याला कोणता मौल्यवान धडा मिळणार आहे? ती आपल्याला अधिक सावध आणि धैर्यशील होण्यास सांगते आहे का? तिचा आपल्या हाव, ईर्ष्या किंवा निष्काळजीपणाशी संबंध आहे का?

या समस्येचा कोणत्या ताकदवान भावनेशी संबंध आहे का? तुम्ही एखाद्या

समस्येशी झटापट करत आहात का? यामध्ये दडलेली संधी हीच आहे की कदाचित त्यातून आपल्याला काही शिकण्याची संधी मिळणार आहे. जेव्हा आपण आपल्या समस्यांकडे या नजरेने पाहतो, तेव्हा त्या मूठ उघडल्याप्रमाणे दिसायला लागतात. असा विचार कराल तेव्हा सर्व समस्यांना आपत्कालीन समस्या मानण्याची गरज नाही, हे जाणवेल, आणि बऱ्याचदा आपण तीच शिकवण घेतो, जी आपल्याला शिकायची असते, तेव्हा समस्या स्वतःच दूर होऊ लागते.

८६

अज्ञानातले सुख

एकदा एका गावात एक प्रौढ व्यक्ती राहत होती. त्याच्याकडे साऱ्या प्रश्नांची आणि चिंतांची उत्तरे होती.

एक दिवस, एका शेतकरी त्या प्रौढ माणसाकडे गेला आणि म्हणाला, 'मला मदत करा, माझ्याबाबत एक भयंकर घटना घडली आहे. माझा बैल मरून गेला आणि आता शेत नांगरायला माझ्याजवळ बैल नाही. यापेक्षा अधिक वाईट काय घडू शकते?' प्रौढ व्यक्तीने उत्तर दिले, 'होऊ शकते किंवा नाही होऊ शकत.' त्या माणसाने घरी येऊन शेजाऱ्यांना सांगितलं की, 'प्रौढ व्यक्ती वेडी झाली आहे. यापेक्षा वाईट काय होऊ शकते, ते तो का पाहू शकत नाही?'

दुसऱ्या दिवशी त्या माणसाला त्याच्याजवळ एक तगडा घोडा दिसला. त्याला उपाय सुचला की बैलाच्याऐवजी घोड्यालाच नांगराला का जुंपू नये? तो खूप आनंदला. शेतीची कामे निपटल्यानंतर तो त्या प्रौढ व्यक्तीकडे गेला आणि त्याला म्हणाला की, ती व्यक्ती बरोबर होती. वास्तव आयुष्यात बैलाचा मृत्यू शुभ होता, त्यामुळे नांगरणीसाठी त्याला घोडा मिळाला होता. यापेक्षा चांगले काही होऊ शकत नाही. प्रौढ व्यक्तीने त्याला उत्तर दिले की, 'होऊ शकते किंवा नाही होऊ शकत'. शेतकरी आताही त्याच्या या उत्तराशी सहमत नव्हता. त्याला खात्री झाली होती की प्रौढ वेडा झाला आहे.

पुन्हा एकदा, शेतकऱ्याला कुठे माहिती आहे की त्याच्याबाबत काय घडणार आहे?

काही दिवसांनंतर, शेतकऱ्याचा मुलगा घोडेस्वारी करता करता पडला. त्याचा पाय तुटला आणि तो काही काम करण्याच्या अवस्थेत राहिला नाही. शेतकरी चिंताग्रस्त झाला. आता पुन्हा एकदा तो त्या प्रौढ व्यक्तीकडे गेला आणि विचारले, त्याला कसे कळले की घोड्यावरून पडून मुलाला इजा होणार आहे ते?

'तुम्ही बरोबर सांगितले, माझा मुलगा जखमी झाला. आता तो शेतीमध्ये मला मदत करू शकत नाही. माझ्याबाबत यापेक्षा वाईट काही होऊ शकत नाही. तुम्हाला आतातरी याच्याशी सहमत व्हावे लागेल.' त्या समंजस व्यक्तीने शांतपणे

त्याच्याकडे पाहिले आणि पुन्हा त्याच आवाजात तो बोलला, 'हेसुद्धा होऊ शकते किंवा नाही.' त्याच्या या बोलण्याला त्रासून वैतागून शेतकरी आपल्या घरी निघून गेला.

पुढच्याच दिवशी राजाचे शिपाई आले. त्यांनी सगळ्या घरांतून लढू शकणारे तरुण धरून नेले. शेतकऱ्याचा मुलगा तर चालूही शकत नव्हता, त्यामुळे त्याला सोडून दिले. युद्धामध्ये सर्व जण मृत्युमुखी पडण्याची शक्यता होती पण शेतकऱ्याचा मुलगा मात्र जिवंत होता.

या कथेमधून आपल्याला एक प्रभावी संदेश मिळतो. आपल्या बरोबर काय घडणार, हे आपल्याला माहीत नसते हे खरे आहे, तरीही आपल्याला वाटत असते की ते आपल्याला माहिती आहे. अनेकदा आपण प्रत्येक गोष्टीत गोंधळ घालतो. आपल्या मनातल्या भयंकर घटनांचे एक चित्र तयार करतो. जे बहुतांश वेळा चुकीचे असते. आपण जर शांत राहिलो आणि सर्व शक्यता लक्षात घेत त्यासाठी खुले राहिलो, तर शेवटी सर्व चांगलेच होणार असते. लक्षात ठेवा, हे होऊ शकते किंवा होऊ शकत नाही.

८७

आपल्या अस्तित्वाच्या परिपूर्णतेला मान्यता द्या

जोरबा द ग्रीक स्वतःला विनाश मानत असे. वास्तविक आपल्या सर्वांनाच असे वाटते की आपल्याला असे काही होऊ नये. आपण परिपूर्ण नाहीत, हे दाखवणाऱ्या बाजूचा आपण स्वीकार करत नाही.

आपल्या व्यक्तिमत्त्वाच्या हरेक पैलूचा आपण स्वीकार केला पाहिजे. त्याचे एक कारण असेही आहे की त्यामुळे आपण आपल्याबाबत अधिक अनुकंपा बाळगू शकतो. जेव्हा आपल्याला असुरक्षित जाणवते, तेव्हा खोटे वागण्यापेक्षा हे मान्य करायला हवे की आपण घाबरलो आहोत आणि त्यात काही वाईट नाही. जर आपल्याला मत्सर, मोह किंवा राग येत असेल तर त्या भावना लपवण्यापेक्षा किंवा दाबून टाकण्यापेक्षा त्या मुक्तपणे जाहीर करा, तरच त्यातून सुटका करून घेता येईल आणि सहजपणे त्यातून बाहेर पडू शकू. आपल्या नकारात्मक भावनांना आपण मोठे मानले नाही किंवा भीतीपोटी काम केले नाही आणि आपले आयुष्य परिपूर्ण आहे असे दाखवण्याचा आटापिटा केला नाही किंवा असे करण्याची आशाही नसते, तेव्हाच तुम्ही स्वतःला स्वीकार करता आणि आपण आहोत तर सगळ्या गोष्टी योग्य होतील असे मानतो.

जेव्हा आपण परिपूर्ण नसलेली बाजू स्वीकारतो, तेव्हा काही चमत्कार घडू लागतात. नकारात्मकतेबरोबर आपल्याला सकारात्मकता दिसू लागते. आपल्या अस्तिवाच्या अशा काही छान बाजू दिसू लागतात, ज्यांच्याकडे आपले लक्षच गेलेले नसते. आपल्या लक्षात येते की कधी कधी मनात स्वार्थ भावना असते, तर कधी आपण निःस्वार्थ भावनेने काम करतो. अनेकदा आपल्याला भीती वाटते, असुरक्षित वाटते किंवा काही वेळा हिंमतही हरल्यासारखे वाटते.

आपल्या अस्तित्वाचा आहे तसा स्वीकार आपल्याला करायचा आहे, याचा अर्थ असा की, 'जरी मी परिपूर्ण नसेन पण मी जसा आहे तसा आनंदी आहे.' जेव्हा कधी आपण नकारात्मकतेने ग्रासले जाल, तेव्हाही या चित्राचाही एक मोठा पैलू समजून त्याचा स्वीकार करा. त्यानुसार स्वतःला पारखू नका, कारण आपण माणूस आहोत. आपण स्वतःबरोबर प्रेम आणि दयाळूपणे वागू शकतो का, हे पाहा. भले आपण विनाश करणारे असू, तरीही चिंताग्रस्त होऊ नका, कारण आपण सर्व असेच असतो.

८८

स्वतःशी थोडे नरमाईने वागा

या पुस्तकात सांगितलेली सर्व धोरणे ही तुम्हाला शांत, प्रेमळ आणि सालस होण्यास मदत करतील यासाठी बनवली गेली आहे. म्हणजेच, याचा पहिला भाग आपल्याला कायम लक्षात ठेवणे महत्त्वाचे आहे की, आपल्याला शांत राहायचे आहे आणि आपण कसे काम करतो याची चिंता करायची नाहीये. या धोरणांचा अभ्यास करताना, ती लक्षात ठेवा आणि ती पूर्ण होण्याची चिंता करू नका. स्वतःसोबत नरमाईने वागा. अनेकदा असे वाटेल की आपण हरतोय. स्वतः निराश, हताश आणि चिंताग्रस्त असल्याचे जाणवेल. असे झाले तरीही हरकत नाही. आयुष्य हे एक चक्र आहे, त्यामध्ये एका मागोमाग एक गोष्टी घडत असतात. पण जेव्हा हार होईल, तेव्हा नव्याने सुरुवात करा.

लोकांना जेव्हा आंतरिक शांततेचा अनुभव येतो, तेव्हा ते एका गोष्टीत चूक करतात, ती म्हणजे थोड्याशा अपयशानेही ते हार मानतात. आपल्याकडून झालेल्या चुकांतून काही शिकण्याची संधी असे त्याकडे पाहा. अशा परिस्थितीत स्वतःला सांगा, 'अरे, मी पुन्हा हारलो. पुढच्या वेळी वेगळ्या प्रकारे पुढाकार घेईन.' या वृत्तीने आयुष्याकडून येणाऱ्या प्रतिसादामध्ये आपल्याला खूप बदल दिसून येईल, अर्थात हे सगळे अचानकपणे बदलणार नाही.

एकदा नव्याने प्रकाशित होऊ घातलेल्या पुस्तकाच्या शीर्षकाविषयी ऐकले होते, त्याचा सारांश असा, 'मी उत्तम नाही, तुम्ही उत्तम नाही आणि हा एकदम उत्तम आहे.' स्वतःला क्षणभर विश्रांती द्या.. कोणीही आपले शंभर टक्के देत नसते. आपल्याला फक्त आपल्याकडून उत्तम प्रयत्न करत योग्य दिशेने पुढे जायचे असते. आपला दृष्टिकोन असा ठेवायला शिकलो, स्वतःविषयी प्रेमाने वागू लागलो तर आपल्याला प्रसन्नचित्त राहणे आणि प्रसन्न आयुष्य जगण्यापासून कोणीही थांबवू शकत नाही.

८९

दुसऱ्यांना दोष देणे बंद करा

आपल्या अपेक्षांप्रमाणे कोणी वागत नसेल, तेव्हा ती दुसऱ्याचीच चूक आहे, असे आपण मानून चालतो. आपल्या आसपासच्या प्रत्येक गोष्टीवर याच विचारांचा प्रभाव असल्याचे पाहू शकतो. कार नीट चालत नाही, मेकॅनिकचा दोष आहे. खर्च वाढतोय, तो आपल्या साथीदारामुळे होतोय. घर अस्ताव्यस्त आहे, केवळ तुम्हीच ते व्यवस्थित ठेवता. प्रकल्प वेळेत पूर्ण होत नाही तर आपले सहकारी लक्ष देऊन काम करत नाहीत आणि अशाच प्रकारे दुसऱ्यांना दोष देण्याचा क्रम सुरूच राहतो.

अशाच प्रकारे दोषारोप करण्याची वृत्ती आपल्या संस्कृतीमध्ये अगदी सामान्य आहे. वैयक्तिकरीत्या आपण असे मानतो की, आपल्या कामांची जबाबदारी आपली नसते. सामाजिक पातळीवर आपण अनेकविध प्रकरणांमध्ये गुंतलेले असतो. आपल्याला जेव्हा दुसऱ्यांना दोष देण्याची सवय असते, तेव्हा आपला राग, वैफल्य, निराशा, तणाव आणि नाखूश असणे यासाठीही आपण दुसऱ्यांना दोषी ठरवतो.

वैयक्तिक आनंद मिळवण्यासाठी, आपण दरवेळी दुसऱ्यांना दोष देऊ शकत नाही. मात्र आपले असे मत असते की, अनेकदा दुसऱ्या व्यक्ती किंवा परिस्थिती आपल्या समस्येचे कारण असतात. मात्र, त्यातून बाहेर पडत आपल्या आनंदाची जबाबदारी आपल्याला घेतली पाहिजे. व्यक्तीला परिस्थिती घडवत नाही तर उघडे पाडते.

एक प्रयोग म्हणून बघितले तर लक्षात येते की जेव्हा आपल्या आयुष्यात प्रत्येक गोष्टीसाठी दुसऱ्यांना दोष देणे आपण बंद करतो, तेव्हा काय होते? याचा अर्थ असा नाही की लोकांना त्यांच्या कामांसाठी जबाबदार ठरवायचे नाही. तर आपल्या आनंदासाठी स्वतःला जबाबदार मानायचे आणि आपल्या आजूबाजूच्या परिस्थिती आणि व्यक्तींना दोष द्यायचा नाही. जेव्हा आपले घर विस्कटते, तेव्हा पुढे येऊन ते आवरा. जेव्हा प्राप्ती कमी असेल तेव्हा खर्च कमी करा. जेव्हा मन उदास असेल तेव्हा स्वतःला आठवण करून द्या की आपण स्वतःला आनंदी ठेवू शकतो.

दुसऱ्यांना दोष दिल्याने आपल्या मानसिक ऊर्जेमध्ये घट होते. आणि आपण तणाव आणि आजार यांच्याकडे ओढले जातो.

दुसऱ्यांना दोष दिल्याने आपल्याला थकवा येतो, कारण आपल्या आनंदाचा दुसऱ्याच्या कामाशी किंवा वर्तणुकीशी कुठलाही संबंध नसतो. दुसऱ्यांना दोष देणे बंद केले की आपली वैयक्तिक ताकद परत येते. आपण स्वतःच निवड करू लागतो. आपल्याला लक्षात येते की जेव्हा केव्हा मन उदार होईल, तेव्हा आपण स्वतःसाठी काहीतरी व्यवस्था करू. आपल्यासाठी आपण सकारात्मक भावना निर्माण करू शकतो. आयुष्य अधिक सुंदर करायचे असेल तर दुसऱ्यांना दोष देणे बंद करा. काय होईल? करून तर पाहा.

९०

'दुसऱ्याशी चांगले वागून त्यांना आपले मित्र बनवता येते' हे सूत्र लक्षात घ्या

एखादी व्यक्ती दुसऱ्याला त्रास देते आहे, किंवा कोणाला घाबरवत आहे, एखाद्याला अपमानित करत आहे, नीट काम करत नाहीये, किंवा कटकारस्थान करत आहे, तेव्हा तेव्हा मी त्या व्यक्तींना हे लक्षात आणून देतो की, त्यांनाही कधी ना कधी हे भोगावे लागणार आहे. सरळ शब्दांत सांगायचे तर आपल्याला या सर्वांची किंमत मोजावी लागते. एक वेळ खात्रीने अशी येईल की आपल्याला कोणीतरी अपमानित करेल किंवा भीती दाखवेल. मात्र मला याची खात्री आहे की जेव्हा एखादी व्यक्ती अशा प्रकारची वर्तणूक करते, तेव्हा आपल्याला काळजी वाटते.

आपण जर विनम्र, सर्वांचे लाडके आणि शांतताप्रिय व्यक्ती असू, आपण जर साधी व्यक्ती, चांगले श्रोता आणि सर्वांचे भले चिंतणारी व्यक्ती असू, तर आपले व्यक्तिमत्त्व सर्वांच्या लक्षात राहते. परिणामी, आपल्या आजूबाजूला आपल्यावर प्रेम करणाऱ्या व्यक्ती असतात आणि आपली हजेरी त्यांना शांतता आणि विश्वासाची जाणीव करून देते. हे लोक आपली बाजू घेतात, त्यांच्या यशाचे रहस्य आपल्याला सांगतात आणि आपल्याला शक्य तितके सहकार्य करण्यास इच्छुक असतात. अगदी साधी गोष्ट आहे की, ते आपल्या यशाने आनंदी होतात. जेव्हा आपण दुसऱ्यांबाबत विनम्र असतो, तेव्हा गुळाच्या ढेपेकडे जसे मुंगळे आकर्षित होतात, तसे लोक आपल्याकडे आकर्षित होतात. आपल्याकडून एखादी चूक झाली तरीही ते आपल्याला माफ करतात. आपल्याकडे संशयाने पाहत नाहीत. आपल्या पाठीमागेही ते सकारात्मक आणि उत्कटपणे बोलतात. त्यामुळे आपली प्रतिमा उजळ होते.

दुर्दैवाने, याउलटही एक सत्य आहे. जेव्हा आपण रागीट आणि उग्र असतो, तेव्हा आपल्या सकारात्मक सवयींकडे बऱ्याचदा दुर्लक्ष केले जाते, त्याला महत्त्व दिले जात नाही किंवा लोक त्या विसरतात. त्याचबरोबर, आपल्या प्रतिकूल स्वभाव आणि निष्ठुर वृत्तीमुळे आपण स्वतःसाठी अधिक तणावाचे कारण बनतो. आपण जर महत्त्वाकांक्षी असलो तर प्रत्यक्षात आपण लोकांना स्वतःपासून दूर करतो. पण जेव्हा आपल्या वर्तनात नम्रता असते, तेव्हा लोक आपली ऊर्जा आणि

प्रामाणिकपणामुळे आपल्या जवळ येतात.

आपल्या सर्वच वर्तनात एक आधाररेषा असली पाहिजे आणि आपण ती कायम लक्षात ठेवली पाहिजे. बऱ्याचदा मी व्यावसायिक निर्णय किंमत, गुणवत्ता किंवा मला किती फायदा होईल, या आधारावर करत नाही, तर मी ज्यांच्याबरोबर काम करणार आहे, त्यांची वर्तणूक कशी आहे, त्या आधारावर घेतो. मला असे जाणवले आहे की जेव्हा, मी माझ्या मनाचे ऐकतो आणि माझ्या आसपास चांगले लोक आहेत असे जाणवते, तेव्हा मला येणारा अनुभव हा सकारात्मक होऊन जातो. ज्या लोकांना मी आवडतो, त्यांच्यात राहिल्याने मी उच्च प्रतिष्ठा मिळवू शकतो आणि माझे व्यावसायिक निर्णय आणि संबंधही मजबूत होतात आणि माझे यशही वाढते. त्यामुळेच माझ्या बहुतेक कल्पना योग्य असतात.

मी असे मानतो की, आपण जर स्वतःला विनम्र व्यक्ती समजत असाल तर आपण सर्वांबरोबर मैत्रीची वर्तणूक ठेवली पाहिजे. आपल्यापैकी बहुतांश लोकांना लांबचा पल्ला गाठायचा असतो. असेही होऊ शकते की मी काम तर उत्तम करतोय पण घरी किंवा ऑफिसमध्ये कोणालातरी अपमानित करतोय, दुसऱ्यांना दोष देतो आहे, किंवा कोणत्याही प्रकारे त्यांच्याबरोबर चलाखी करतो आहे, तर लक्षात घ्या की आपण योग्य पद्धतीने काम करत नाहीये. खरेतर वास्तव जीवनामध्ये विनम्रता आणि शांत वृत्ती गरजेची असल्याचे आपल्याला जाणवते आणि मग आपण तसे होत जातो. ही अगदी सोपी गोष्ट आहे आणि बहुतेकांना हे ज्ञात आहे की गुळाला मुंगळे चिकटतातच. तरीही ही एक चांगली शिकवण आहे असे मला वाटते.

९१

सकाळी लवकर उठावे

माझ्या लक्षात आले आहे की, ही एक सरळ साधी व्यावहारिक पद्धत आहे, जी अनेक लोकांचे आयुष्य शांत आणि सार्थक बनवण्यात फायदेशीर ठरली आहे.

बहुतेक लोक सकाळी घाईघाईने कॉफी घेतात आणि आपल्या रोजच्या कामाला लागतात. संपूर्ण दिवस काम करून थकून ते पुन्हा घरी येतात. घरी राहून मुलांचा सांभाळ करणाऱ्या व्यक्तींचेही असेच होते. ते झोपून उठताच त्यांना मुलांची सगळी कामे करावी लागतात. त्यामुळे इतर कोणत्याही कामासाठी त्यांच्याकडे वेळच शिल्लक राहत नाही. आपण नोकरदार असा किंवा कुटुंबाची काळजी घेणारे असा, आपण इतके थकून जातो की इतर कोणत्याही गोष्टींचा आनंद घेण्यासाठी आपल्याकडे वेळच शिल्लक राहत नाही. मग येणाऱ्या थकव्यावर एकच उपाय असतो तो म्हणजे 'मी जरा वेळ झोपले तर उत्तम.' मग होते काय की मोकळा वेळ मिळाला की आपण झोपायला जातो. अनेक लोकांचे मन आक्रोश करत असते की, अरेरे, माझ्याकडे मुले, काम आणि झोपेव्यतिरिक्त काही वेळ उरला असता तर...

आपल्या थकव्याकडे पाहण्याची आणखी एक पद्धत म्हणजे आपल्याला आतून समाधानी शांत भावना जाणवत नाही. त्याचा संबंध तुमची झोप कमी होण्याशी नाही तर आपल्याला आतून समाधानी वाटत नसल्याने थकवा जाणवतो.

आपल्या स्वतःसाठी एक-दोन तासाचा वेगळा वेळ ठेवायला हवा-सकाळच्या वेळेत हे शक्य झाले तर अधिक चांगले. आपल्या आयुष्यात सुधारणा करण्यासाठीचा हा उत्तम उपाय ठरू शकतो. मी स्वतः बहुतेकदा सकाळी तीन ते चारच्या दरम्यान उठतो. एक कप कॉफी घेतल्यावर योगाभ्यास करून मग काही मिनिटे ध्यानधारणा करतो. त्यानंतर वरच्या खोलीत जाऊन लेखन करतो. या सर्वांत माझे आवडते पुस्तकही थोडा वेळ वाचतो. बऱ्याच वेळा काहीच न करता नुसते बसूनही राहतो.

बऱ्याचदा काम बंद करतो आणि डोंगराआडून दिसणारा सूर्योदय पाहतो. तेव्हा फोन वाजत नाही, कोणी मला काही काम सांगत नाही आणि त्या वेळी काही

काम नसते. माझ्या दिवसातला हा सर्वांत शांत वेळ असतो. माझी पत्नी आणि मुले झोपून उठतात, तेव्हा मला असे वाटते की मी पूर्ण दिवस आनंदात घालवला आहे. दिवसभर मी किती का व्यग्र असेना, मी काळजी करत नाही किंवा माझ्या आयुष्यावर माझा काही अधिकार राहिला नाही असेही वाटत नाही. मला असे वाटते की, यामुळे मी माझी पत्नी, मुले, कामासंदर्भातले ग्राहक आणि माझ्यावर अवलंबून असलेले इतर लोक यांच्यासाठी मी चांगला वेळ काढू शकतो.

मला अनेकांनी सांगितले आहे की, सकाळच्या दिनचर्येत हा एक बदल केल्यामुळे त्यांच्या आयुष्यात खूप बदल झाले आहेत. जी कामे करायला त्यांच्याकडे वेळ उरत नव्हता, ती कामे ते आता करताहेत. अचानकच ते पुस्तके वाचू लागलेत, ध्यानधारणा करताहेत आणि सूर्योदयाचा आनंदही घेताहेत.

ज्यामुळे आपण झोपेतून लवकर जागे व्हाल. आपल्याला समाधानाचा असा अनुभव येईल, शक्य झाले तर रात्री टीव्ही पाहण्याचा वेळ कमी करा, जेणेकरून झोपेची कमतरता पूर्ण होऊ शकेल.

९२

छोट्या गोष्टींवर मदत केंद्रित करा.

मदर तेरेसा यांनी एकदा असे म्हटले होते की, 'आपण या पृथ्वीवर महान काम नाही करू शकत, आपण केवळ लहान लहान गोष्टी प्रेमाने करू शकतो.' बऱ्याचदा आपल्या भव्य योजनांमुळे आपल्या आयुष्यातली लहान कामे करण्यामध्ये अडचणी येऊ लागतात. माझ्या मित्राने एकदा मला सांगितले होते की, 'मी माझे आयुष्य सेवेत घालवू इच्छितो, पण त्यासाठी मी अजून तरी काही करू शकलो नाही. एक दिवस जेव्हा मी यशस्वी होईन, तेव्हा दुसऱ्यांसाठी मी बरेच काही करेन.' अर्थात यादरम्यानही रस्त्यांवरचे भुकेले लोक, म्हातारे कोतारे ज्यांना सोबत हवी असते, आया ज्यांना मुलांसाठी मदत हवी आहे, रस्त्यावर कचरा पडलेला असतो आणि न जाणो अशी हजारो कामे आहेत जी करता येऊ शकतात.

मदर तेरेसा योग्य तेच बोलल्या. आपण जगाला नाही बदलू शकत, पण ते जग अधिक चांगले तर नक्कीच करू शकतो. आपल्याला दयाळूपणे छोट्या छोट्या कामांवर लक्ष केंद्रित केले पाहिजे. माझ्याकडून मी दुसऱ्यांना मदत करण्याचे उपाय अमलात आणतो. या लहान लहान कामांमुळे माझ्या मनाला समाधान मिळते. अनेकदा मोठ्या संस्थांकडून केली जाणारी परोपकारी कामे तितकीशी कौतुकास्पद नसतात. त्यापेक्षा एखाद्या म्हाताऱ्या व्यक्तीसाठी स्वयंसेवा देणे किंवा एखाद्या गरिबाला थोडे पैसे देऊ करणे ही मोठी गोष्ट असू शकते.

आपण ठरवले तर आयुष्यात या लहान गोष्टीचा समावेश करू शकतो. जर आपण असे नाही केले तर आपली निराशा लपवण्यासाठी मग आपल्याला बहाणे शोधावे लागतील. आपण कोणासाठी काही करण्याचा प्रयत्न केला, तर या जगाला चांगले काही देण्याचे आणि ते उत्तम बनवण्याचे समाधान आपल्यापाशी असेल.

९३

लक्षात ठेवा, आजपासून १०० वर्षांनंतर सर्वच लोक नवीन असतील

माझा चांगला मित्र पॅटी, याने मला ही गोष्टी सांगितली, जी त्याने आपल्या आवडत्या लेखकाकडून ऐकली होती. त्यामुळे माझा आयुष्याकडे पाहण्याचा दृष्टिकोन बदलण्यात मदतच झाली.

सर्वच गोष्टींच्या रचनेमध्ये एक वर्ष हा काही फार मोठा कालावधी नाही. अर्थात ही गोष्टसुद्धा पक्की ठरली आहे की, शंभर वर्षांत आपणही या ग्रहावर अस्तित्वात राहणार नाही आणि ही गोष्ट जेव्हा आपल्या डोक्यात पक्की होते, तेव्हा आपण संकटाच्या किंवा तणावाच्या काळात आपल्या दृष्टिकोनात बदल करू शकतो.

जर आपल्या गाडीचा टायर पंक्चर झाला, किल्ली सापडत नसेल आणि मग रात्रभर तुम्हाला बाहेर राहावे लागले तरी त्याचा शंभर वर्षांनंतर काय अर्थ असेल? आपल्याशी वागताना कोणी दयाळूपणे वागत नसेल आणि सर्व कामे तुम्हालाच करावी लागत असतील तर? जर आपले घर स्वच्छ नसेल आणि तुमचा कॉम्प्युटर खराब झाला? तुम्हाला इच्छा असूनही तुम्हाला सुट्टी घेता आली नाही, नवी कार किंवा नवीन घर घेऊ शकला नाहीत, या सर्व गोष्टी आणि इतरही गोष्टी जर शंभर वर्षाच्या संदर्भात विचारात घेतल्या तर अधिक गहन अर्थासह समोर येतात.

आज सकाळीच मी स्वतः एका समस्येत अडकलो आहे, हे माझ्या लक्षात आले. चुकून मी दोन लोकांना एकाच वेळी भेटायला बोलावले होते. ते एकाच वेळी आले. तेव्हा मी स्वतःला लक्षात आणून दिले की शंभर वर्षांनंतर या क्षणाविषयी कोणाला काही आठवणार नाहीये, त्यामुळे ही काही फारशी मोठी गोष्ट नाही. त्यामुळे माझ्यावरचा ताण निवळत गेला आणि त्यांच्याशी संवाद साधल्यानंतर त्याच्यापैकी एकाने पुन्हा परत येण्याची तयारी दाखवली. माझ्या चुकीची जबाबदारी घेत मी माफी मागितली. नेहमीसारखीच लहानशीच गोष्ट होती, पण ठरवले असते तर गोंधळ झाला असता.

९४

गंभीर होऊ नका

हल्ली आपल्या सर्वांना हा एक विकार जडला आहे - गंभीर होण्याचा.

माझी मोठी मुलगी मला नेहमी मला म्हणते, 'बाबा, तुम्ही पुन्हा गंभीर दिसायला लागला आहात.' आपल्यापैकी ज्यांना गंभीर दिसायचे नसते, तेदेखील अजाणतेपणी या गांभीर्याच्या विळख्यात अडकतात. लोक बऱ्याचदा लहान लहान गोष्टींनी निराश होतात, त्यात कुठे जायला उशीर झाला, कोणाला त्यांच्याकडे यायला उशीर झाला, ते रहदारीत अडकले, त्यांना बिल भरायचे आहे, त्यांना रांगेत उभे राहायचे आहे, अन्न जळले, त्यांच्याकडून काही चूक झाली असेल- या सर्व गोष्टी आपल्याला चिंताग्रस्त करण्यासाठी पुरेशा असतात.

वास्तविक, आयुष्यात आपल्या अपेक्षांपेक्षा जराही काही वेगळे घडताना पाहायचे नसते. आपल्याला सर्व गोष्टी एका निश्चित पद्धतीने घडायला हव्या असतात, जे शक्य नसते. आयुष्य असेच असते. बेंजामिन फ्रँकलिनने म्हटले आहे, 'आपली मर्यादित दृष्टी, आपल्या आकांक्षा आणि भीती हे आयुष्याचे मोजमाप होते आणि आपल्या उपायांबरोबर परिस्थितीने जुळवून घेतले नाही तर मात्र ती चिंतेची बाब ठरते. आपल्याला आपले आयुष्य, लोक आणि परिस्थिती आपल्या पद्धतीने हवी असते आणि जेव्हा असे होत नाही, तेव्हा आपण संघर्ष करतो आणि कष्ट करतो.

या गांभीर्यातून सुटका करण्याचा पहिला टप्पा आहे की, आपण हे मान्य केले पाहिजे की आपल्यालाही काही समस्या आहे. या बदलाला आपल्याला अधिक सहजतेने सामोरे जावे लागेल. आपले गांभीर्य हे आपलेच देणे आहे, हे आपल्याला मान्य करावे लागेल. आयुष्याबरोबर आपणच ते जोडले आहे आणि त्याच्या प्रतिक्रियेत आपल्याला बदल घडवून आणावा लागेल.

त्यानंतर आपली अपेक्षा आणि निराशा यांची पातळी किती आहे, हे आपल्याला समजून घ्यावे लागेल. एखादे काम जेव्हा आपल्याला अपेक्षेप्रमाणे व्हावे असे वाटते, तेव्हा आपल्याला निराशा आणि अपेक्षाभंगाचे दुःख झेलावे लागते. जेव्हा आपण आयुष्याचा सहज विचाराने स्वीकार करतो, तेव्हा आपण

मुक्त असतो. आपल्याला संपूर्ण भार उतरवता यायला हवा.

एखादा दिवस कोणाकडूनही काहीच अपेक्षा न करता असा जगून पाहा. लोकांशी मैत्री जुळण्याची अपेक्षा करू नका. त्यामुळे जेव्हा ते नसतील तेव्हा तुम्हाला धक्का बसणार नाही किंवा निराश वाटणार नाही. ते मैत्रीने वागले तर आपल्याला छानच वाटेल. या दिवसभरात कोणतीच समस्या उद्भवणार नाही अशीही अपेक्षा ठेवू नका. जर समस्या नाही भेडसावली तर आपल्याला छान वाटेल आणि समस्या आली तरीही आपल्याला धक्का बसणार नाही. आयुष्याशी लढण्यापेक्षा त्याच्या तालावर नाचा. सरावाने आपण लवकरच गांभीर्याची कफनी काढून टाकत, ते बरोबर ठेवत स्वाभाविकपणे राहायला शिकाल आणि जेव्हा ही स्वाभाविकता येईल, तेव्हाच आपल्या आयुष्याचा आनंद काही वेगळा असेल.

९५

एक झाड लावा

आपल्याला ही सूचना कदाचित दिखाऊ किंवा विचित्र वाटेल, मात्र एक झाड लावून त्याची काळजी घेतल्याने काय चांगले होईल?

आध्यात्मिक आयुष्य आणि आंतरिक शांतता मिळवण्यासाठीचे एक लक्ष्य असेही असते की तुम्हाला निःस्वार्थ वृत्तीने प्रेम करता यायला हवे.

पण समस्या अशी आहे की कोणत्याही माणसासाठी निःस्वार्थी वृत्तीने प्रेम करणे इतके सरळ नसते. आपण ज्या माणसावर प्रेम करतो, तो कधी ना कधी कोणती तरी चूक करू शकतो, आपल्याशी चुकीचे बोलू शकतो, आपल्या अपेक्षांपेक्षा वेगळेच वागू शकतो, त्यामुळे आपल्या मनातली भावना बदलू शकते. आपल्या मनात असे येते, 'मी तुमच्यावर प्रेम करतो, मात्र तुम्हाला बदलायला हवे. तुम्ही अशाच प्रकारे वागले पाहिजे, जसे मला वाटते.'

अनेक लोक, आयुष्यात माणसांऐवजी प्राण्यांवर जास्त प्रेम करतात. मात्र कोणत्याही पाळीव प्राण्यावरही निःस्वार्थ प्रेम करणे कठीण असते. जेव्हा आपला कुत्रा अचानक अर्ध्या रात्री भुंकू लागतो किंवा आपल्या घरातला किमती गालिचा खराब करतो तेव्हा काय होते? आपण त्या प्राण्यावर पूर्वीसारखेच प्रेम करू शकतो का? माझ्या मुलाकडे एक ससा आहे. माझ्या सुंदर कोरीव काम केलेल्या दरवाजाला त्याने भोक पाडले, तेव्हा मात्र त्याच्यावर पूर्वीसारखेच प्रेम करणे माझ्यासाठी थोडे अवघड होते.

पण एखाद्या झाडाच्या रोपावर आपण निःस्वार्थी प्रेम करू शकतो. त्यातून आपल्याला निःस्वार्थ प्रेमाचा सराव करण्याची संधी मिळते. प्रत्येक आध्यात्मिक परंपरेत 'निःस्वार्थ प्रेम' करण्याचे समर्थन का केले जाते? कारण प्रेमात बदलण्याची ताकद असते. निःस्वार्थ प्रेम देणाऱ्याच्या आणि मिळणाऱ्याच्या मनात शांत भावना निर्माण होतात.

घराच्या आत किंवा बाहेर एक झाड ठेवा, जे तुम्ही रोज पाहू शकाल. एखाद्या बाळाप्रमाणे त्याची देखभाल करा. अर्थात बाळ म्हटले की रात्रीची झोप हराम होते, त्याचे लंगोट बदलावे लागतात, पण झाडाबाबत असे करावे लागत

नाही. झाडाशी बोला, त्याच्यावर तुमचे किती प्रेम आहे, हे त्याला सांगायला विसरू नका. ते झाड फुलो अथवा न फुलो, जगो अथवा न जगो, आपले प्रेम मात्र कमी होता कामा नये. त्यावर फक्त प्रेम करा. निरीक्षण करा की जेव्हा तुम्ही त्याला निःस्वार्थ प्रेम देता, तेव्हा तुम्हाला काय जाणवते? अशा प्रकारच्या प्रेमामध्ये त्रास किंवा राग येत नाही. आपण फक्त प्रेम करतो. जेव्हाही त्याच्याकडे पाहू तेव्हा प्रेमच मिळेल.

काही काळानंतर, जेव्हा झाडाव्यतिरिक्त इतरांनाही हेच प्रेम आणि दयाळूपणा दाखवू शकू, जेव्हा आपल्याला प्रेम देण्यात आनंद मिळेल, तेव्हा आपल्या लक्षात येईल की आपण आयुष्यात सर्वांनाच अशा प्रकारे प्रेम देऊ शकतो आहोत. आपल्याला त्यांना बदलायचे नाही आणि त्या बदल्यात त्यांचे प्रेम मिळवण्याची आशाही ठेवायची नाही. ते जसे आहेत तसेच त्यांच्यावर प्रेम करायचे आहे.

आपले झाड एक उत्तम गुरू होऊ शकते- ते आपल्याला प्रेमाची ताकद शिकवू शकते.

९६

समस्यांशी असलेले आपले नाते बदला

अडचणी आणि समस्या हे जीवनाचे अंग आहेत. आपल्या समस्यांपासून जेव्हा आपली सुटका होते, तेव्हा आपण तितकेसे आनंदी होत नाही. जेव्हा आपण त्यांच्याबरोबरचे आपले नाते बदलतो, त्यांना संधींपर्यंत पोहोचण्याच्या संभावित स्रोताप्रमाणे पाहतो, धैर्याचा सराव करत त्यापासून धडा घेतो, तेव्हा हे सारे बदलते. आमच्या आध्यात्मिक आयुष्याचा मूलभूत नियम कदाचित हाच आहे की आपण समस्यांच्या माध्यमातून मन मोकळे ठेवू शकता.

काही समस्या निश्चितपणे आपल्याला सोडवायच्या असतात. अनेक समस्या अशाही आहेत, ज्या आपणच आपल्या आयुष्यात निर्माण करतो. आयुष्यातले विरोधाभास जाणून घेत जेव्हा आपण त्या स्वीकारत असतो, तेव्हा आंतरिक शांतता मिळणे शक्य होते. समस्यांच्या माध्यमातून आपण आयुष्यात उदार, विनीत आणि धैर्यवान होणे शिकतो.

बौद्ध धर्मात, आयुष्याच्या विकासासाठी समस्या अनिवार्य असल्याचे मानले जाते. एका तिबेटी प्रार्थनेमध्ये समस्या याव्यात यासाठी याचनाही केली जाते. 'मला या प्रवासात उपयुक्त अडचणी आणि कष्ट मिळावेत, जेणेकरून माझे हृदय खऱ्या अर्थाने मोकळे होईल आणि मोक्ष आणि वैश्विक करुणा मिळण्याचे लक्ष्य पूर्ण होईल.' आयुष्य सरळमार्गी असेल तर विकासाच्या संधी कमी असतात असेही मानले जाते.

मी तुम्हाला असे करण्याचा सल्ला देणार नाही. अर्थात, आपण अडचणींपासून दूर पळण्यापेक्षा आणि त्यांच्यापासून सुटका करून घेण्याचा प्रयत्न करण्याऐवजी, त्या आयुष्याच्या अनिवार्य आणि महत्त्वाचे अंग आहेत असे समजून स्वीकाराल, तर आपल्या लक्षात येईल की आपले आयुष्य हा संघर्ष नाही, तर एक बहारदार नृत्य आहे. स्वीकृतीचा हा साक्षात्कारच प्रवाहाबरोबर जाण्याचे मूळ आहे.

९७

मला कामावर जावे लागेल- असे म्हणण्यापासून परावृत्त व्हा

आपल्याला असा एक मार्ग मी सुचवणार आहे, ज्यामुळे तुम्ही 'मला कामावर जावे लागेल' हे वाक्य म्हणण्यापासून स्वतःचा बचाव करू शकाल.

आपण यासंबंधी पुढे बोलण्याआधी, एका गोष्टीची हमी देतो की, तुम्हाला कामाला जावेच लागणार आहे, हे मला चांगलेच माहिती आहे. ते जे काही असेल ते असो, पण या वाक्यात एक नकारात्मक झाक आहे, जी माझ्यामते तुमच्यासाठी तणावाचे कारण ठरू शकते.

आपल्या विचारांव्यतिरिक्त आपले शब्ददेखील आपल्याला अनुभव देणारे प्रवेशद्वार असते, जे आपल्या अपेक्षांचे एक चित्र तयार करून अनुभवासाठीचा मार्ग तयार करतात. जेव्हा आपल्याला 'एखादे काम करावे लागते' तेव्हा ते या गोष्टीचे सूचक असते की आपल्या मर्जीने आपण दुसरे काही करू शकता किंवा दुसरीकडे असता असा आपल्याला निवडीचा पर्याय नाही. ही बाब या गोष्टीची सूचक आहे की आपण ज्या ठिकाणी आहोत किंवा जे काम करणार आहोत, त्यामध्ये आपले मन पूर्णपणे लागत नाही. अशा प्रकारे आपल्या सर्व शक्यतांसह जगणे कठीण होत जाते आणि आपल्याला अनुभव मिळणेही जवळजवळ कठीण असते. त्यामुळे जेव्हा तुम्ही म्हणता की, 'मला कामावर जावे लागेल', तेव्हा आपण स्वतःसाठी एक वाईट दिवस निवडला आहे, असे जणू सूचित करता. याचा अर्थ नेहमीच असे घडेल असे नाही पण निश्चितपणे असे घडू शकते.

त्याशिवाय, आपण स्वतःला तसेच दुसऱ्यांनाही नकारात्मक संदेश देऊ इच्छितो. असे वाटते की जणू तुम्ही सांगताय की, 'मला माझे काम आवडत नाही. जे काम मला अत्यंत आवडते त्याची निवड मी करू शकत नाही.' तसे पाहिले तर तुम्ही स्वतःलाच किती वाईट संदेश देत आहात किंवा दुसऱ्यांना सांगत आहात की आपला बहुतांश वेळ कसा जातो आहे, याविषयी विचार करा. जर आपल्या कामाविषयी आपल्याला खरेच प्रेम वाटत असते तर आपण म्हणालो असतो, 'मला कामाला जावे लागेल', आपण असे म्हटलो असतो की, 'आता मला वीकेंड सुरू करावा लागेल'. त्यापेक्षा 'मला कामावर जायचे आहे.', 'उपजीविकेसाठी काम करावे लागेल', 'आणखी एका दिवसाची सुरुवात करायची आहे.' असे म्हटले तर

अधिक चांगले नाही का होणार? आणि या वाक्यांमध्ये नकारात्मकताही जाणवत नाही. 'याहू, मला कामावर जायचे आहे' असे काही आपण ओरडून सांगितले पाहिजे असे मी तुम्हाला सांगत नाही. पण आपण थोड्याशा उत्साहाने दिवसाची सुरुवात नाही का करू शकत? आपल्याला स्वतःचा अभिमान वाटू शकत नाही का? आपल्याला असे वाटत नाही का की, दुसऱ्यांनाही आपले सकारात्मक शब्द ऐकून किती छान वाटेल? उदाहरणार्थ, मी जेव्हा माझ्या कामासाठी बाहेर पडतो तेव्हा मी माझ्या मुलांना अप्रत्यक्षरीत्याही हा संदेश अजिबात देऊ इच्छित नाही की काम नीरस असते आणि मला पुन्हा कामावर जावे लागते आहे. मुळीच नाही.

हे धोरण अवलंबल्याने काय होऊ शकते हे आपण जाणून घेतले तर तुम्ही चकित व्हाल. आपण मनापासून हे धोरण अवलंबतो आणि आपल्या नेहमीच्या शैलीत म्हणायला जातो की, 'मला कामावर जावे लागेल', तेव्हा तुम्ही स्वतःचीच चूक पकडाल. तेव्हा चेहऱ्यावर एक हसू येईल कारण आता आपल्याला माहिती आहे की असे बोलणे किती हास्यास्पद आहे!

९८

पुढच्या वेळी कोणाशी वाद झाला तर आपला बचाव करण्यापेक्षा, दुसऱ्याची बाजू समजून घेता येते आहे का, ते पाहा.

आपण जेव्हा एखाद्याच्या मताशी असहमत असतो, तेव्हा समोरची व्यक्ती त्यांच्या मतावर तितकीच ठाम असते, जितके आपण आपल्या बाजूने असतो. अर्थात आपण नेहमीच स्वतःची बाजू घेतो. आपला अहं आपल्याला नवीन काही शिकू देत नाही. आपली हीच सवय आपल्यासाठी अनावश्यक तणावाचे कारण ठरते.

जेव्हा मी सजगपणे दुसऱ्याचा दृष्टिकोन समजून घेण्याचा प्रयत्न केला, तेव्हा माझ्यामध्ये झालेला उल्लेखनीय बदल माझ्या लक्षात आला, माझ्या मनाला दुःख झाले नाही आणि ज्या व्यक्तीशी माझे पटत नव्हते त्या व्यक्तीच्या मी अधिक जवळ आलो.

समजा, तुमचा मित्र तुम्हाला म्हणाला की मवाळपणा आपल्या सामाजिक समस्यांचे मूळ आहे. तेव्हा आपण आपली बाजू मांडण्याऐवजी आपण हे पाहायला हवे की, आपण त्याच्या बोलण्यातून नवीन काय शिकू शकतो? आपल्या मित्राला त्याने याबाबत सविस्तर बोलावे, असे सुचवा. त्याला असे म्हणू नका की ही त्याची छुपी प्रतिक्रिया आहे किंवा अचानकच बचावात्मक पवित्रा घेऊ नका. आपल्याला एक नवा दृष्टिकोन हवा आहे. आपल्या मित्राची चूक सुधारण्याचा मोह टाळा. तो बरोबर असल्याचा आनंद त्याला मिळू द्या. एक चांगला श्रोता होण्याचा सराव करा.

ही वर्तणूक भलेही लोकप्रिय नसली, तरीही त्यामुळे तुम्ही दुर्बल ठरत नाही. त्याचा अर्थ असा नाही की आपण विचारांपासून दूर जात आहात किंवा त्यावर ठाम नाही किंवा आपण स्वतःला चुकीचे मानतो आहोत. आपण समोरच्या व्यक्तीच्या दृष्टिकोनातून पाहण्याचा प्रयत्न करतो आहोत, त्याला समजून घेण्याचा प्रयत्न करतो आहोत. स्वतःला सातत्याने एकाच स्थानावर कायम ठेवण्यातही बरीचशी ऊर्जा नष्ट होते, तर दुसऱ्या बाजूला दुसऱ्या व्यक्तीला योग्य मान देण्यात ऊर्जा वाचते. वास्तविक, त्यामुळे आपल्याला अतिरिक्त ऊर्जा मिळते.

जेव्हा आपण समोरच्या व्यक्तीची वृत्ती आणि दृष्टिकोन समजून घेतो, तेव्हा अद्‌भुत चमत्कार घडू शकतात. आपल्याला काही नवीन शिकण्याची संधी मिळते. आपल्या क्षितिजाचा विस्तार होतो. दुसरी गोष्ट, जेव्हा आपण लक्ष देऊन त्याचे म्हणणे ऐकतो, तेव्हा त्याच्या मनातली आपल्यासाठीची सन्मानाची भावना अजून वाढते. त्याची वर्तणूकही थोडी नरमाईची होते. जरी असे एकदम झाले नाही तरीही काळ सरतो तसे ती व्यक्तीही आपल्याला समजून घ्यायला लागते. आपण स्वतःला योग्य सिद्ध करण्यापेक्षा त्याला प्रेम आणि आदर देणे अधिक महत्त्वाचे मानत असाल, तर आपण निःस्वार्थ प्रेम करण्याचा सराव करता आहात. असेही होऊ शकेल की ती व्यक्ती आपला दृष्टिकोन समजून घेण्याचा प्रयत्न करेल, अर्थात ही गोष्ट खात्रीपूर्वक सांगू शकत नाही की ती आपले बोलणे ऐकूनच घेईल. मात्र एक नक्की की जर आपण त्याचे बोलणे ऐकले नाही तर ती व्यक्ती कधीच तुमचे बोलणे ऐकणार नाही. जर आपण चांगले श्रोता असू, तर तुम्हा दोघांचे संबंध सुधारण्याची शक्यता वाढेल.

९९

अर्थपूर्ण यशाची व्याख्या नव्याने करा

अनेकदा आपल्या तथाकथित यशाच्या लाटेत आपण वाहून जातो. आपण आयुष्यभर स्वतःसाठी पुरस्कार, ओळख आणि मान्यता मिळवण्याच्या मागे लागतो आणि हेच विसरून जातो की वास्तवामध्ये आपल्यासाठी काय महत्त्वाचे आहे.

आपण सर्वसाधारणपणे कोणत्याही व्यक्तीला विचारले की, अर्थपूर्ण यश म्हणजे काय, तर त्याचे उत्तर हेच असेल की, 'खूप पैसे कमावणे..', 'एखाद्या खेळात जिंकणे', 'पदोन्नती मिळवणे', 'सर्वांपेक्षा चांगले होणे', किंवा 'कौतुक मिळवणे' इत्यादी.

आयुष्यात नेहमीच बाह्य गोष्टींवर भर दिला जातो. अर्थात अशा गोष्टी मिळवण्यास काही हरकत नाही- त्या आपल्या आयुष्यातली परिस्थिती सांभाळण्यासाठी मदत करतात. मात्र जर तुमचे प्राथमिक लक्ष्य प्रसन्न राहणे आणि आंतरिक शांतता हे असेल, तर मात्र या गोष्टी आपल्यासाठी सर्वांत महत्त्वाच्या असू शकत नाहीत. स्थानिक वर्तमानपत्रामध्ये आपले छायाचित्र पाहिल्यानंतर छान वाटतेच, पण त्याहीपेक्षा अधिक महत्त्वाची गरजेची गोष्ट आहे ती आपण कोणत्याही संकटकाळात आपली मनःस्थिती कशी राखू शकता. अर्थात, अनेकांना वर्तमानपत्रामध्ये छापून येणारे आपले छायाचित्र म्हणजे यश वाटू शकते, मात्र लक्ष्य केंद्रित राहण्यामध्ये यश आहे असे मी मानणार नाहीत. त्यामुळेच प्रश्न निर्माण होतो की आपले प्राधान्य कशाला द्यायचे?

जर शांत आणि प्रेमळ राहणे हे आपले प्राथमिक लक्ष्य असेल तर आपण, दुसऱ्यांना साहाय्यभूत ठरणाऱ्या दयाळूपणा आणि प्रसन्नतेसारख्या अर्थपूर्ण गोष्टींची नव्याने व्याख्या का करत नाही?

माझे मत आहे की, माझे सर्वांत अर्थपूर्ण यश हे माझ्या आतून येते. मी माझ्या आणि दुसऱ्याप्रति दयाळू आहे का? एखाद्या आव्हानाला मी गरजेपेक्षा अधिक प्रतिक्रिया दिली की मी शांत आणि सहज होतो? मी प्रसन्न आहे का? की मी रागावलेला असतो? मी दुसऱ्याला माफ केले आहे का? हे आणि असे अनेक प्रश्न आपल्या लक्षात आणून देतात की आपल्या यशाचे मोजमाप हे आपल्या

कामांतून नाही केले जात. फरक या गोष्टींनी पडतो की आपल्या मनात किती प्रेम सामावले आहे.

बाह्य यशामध्ये गुंतून पडण्याऐवजी, अशा गोष्टींवर भर द्या, ज्यांना अधिक महत्त्व आहे. जेव्हा आपल्या अर्थपूर्ण यशाची नव्याने व्याख्या करायला शिकू, तेव्हा आपल्याला आपला मार्गावर चालत राहण्यासाठी मदत मिळेल.

१००

आपल्या भावना समजून घ्या, त्या आपल्याला काही सांगू इच्छितात

आपल्याला आयुष्यात प्रगती करण्यासाठी नेहमीच मदत करणारी एक मजबूत अशी मार्गदर्शक प्रणाली आहे. ही प्रणाली संपूर्णपणे आपल्या भावनांनी तयार झालेली असते आणि तीच आपल्याला आपण योग्य मार्गावर आहोत की नाही, हे सांगते. आपण दुःखाच्या आणि संघर्षाच्या दिशेने तर जात नाही ना, हे पाहते. आपल्या भावना आपल्यासाठी बॅरोमीटरचे काम करतात, त्या आपल्या अंतर्मनाच्या वातावरणाची परिस्थिती सांगतात.

जेव्हा आपण आपल्या विचारात गढलेले नसतो, गोष्टींकडे गांभीर्याने पाहत नसतो, तेव्हा आपल्या भावनादेखील सकारात्मक असतात. त्या आपल्याला आश्वस्त करतात की आपल्या विचारांचा आपण पूर्ण फायदा करून घेतो आहोत आणि कोणत्याही प्रकारच्या मानसिक बदलाची आवश्यकता नाही.

आयुष्यात आपण जेव्हा सुखाचे अनुभव घेत नसतो, जेव्हा आपण रागावलेले असतो, नैराश्यग्रस्त, तणावग्रस्त असतो किंवा चिंताग्रस्त असतो, तेव्हा आपली भावनांची प्रणाली, लाल बावट्याप्रमाणे मध्येच येऊन आपल्याला इशारा देते की, आज आपले चित्त थाऱ्यावर नाही, आपल्या विचारात आपल्याला बदल आणायला हवा, आपला दृष्टिकोन आपण हरवून बसलो आहोत. आपल्याला मानसिक बदल करावा लागणार आहे. आपल्या नकारात्मक भावनांना कारच्या डॅशबोर्डवर लावलेल्या लाल धोकादर्शक दिव्याप्रमाणे समजू शकता. ते जेव्हा चमकतील, तेव्हा आपल्याला लक्षात घ्यायला हवे की, आता थोडे शांत होण्याची वेळ आली आहे.

प्रचलित श्रद्धेच्या विरुद्ध जाऊन नकारात्मक भावनांचा अभ्यास किंवा विश्लेषण करण्याची गरज लागणार नाही. जेव्हा आपण नकारात्मक भावनांचे विश्लेषण करतो, तेव्हा आपण त्यानेच संतुष्ट होतो.

पुढच्या वेळी जेव्हा केव्हा कशाचे वाईट वाटेल किंवा आपण विश्लेषणात गुंतून पडू किंवा मी असा का विचार करतोय, असा विचार कराल, तेव्हा त्याच भावनांच्या मदतीने स्वतःला पुन्हा योग्य दिशेने नेता येईल, हे पाहा. नकारात्मक

भावना नसतातच, असे भासवू नका; तर आपण राग, तणाव किंवा नैराश्यात का आहोत, हे ओळखण्याचा प्रयत्न करा किंवा असे काय आहे ज्यामुळे आयुष्याला आपण गरजेपेक्षा अधिक गांभीर्याने घेतो आहोत, आपण लहानशा गोष्टीवरून हे समजून घ्या. राईचा पर्वत का करत आहोत? बाह्या सरसावत भांडण करण्यापेक्षा दोन पावले मागे जाऊन दीर्घ श्वास घ्या आणि शांत व्हा. लक्षात ठेवा, आयुष्य आपण बनवत नाही तोपर्यंत आणीबाणीचे होत नाही.

१०१

आपल्याकडे कोणीतरी फेकलेला चेंडू झेलण्याची गरज नाही

माझे परम मित्र बेंजामिन शील्डने हा मौल्यवान धडा दिला. बऱ्याचदा आपण दुसऱ्यांच्या अडचणींमध्ये अडकल्याने आंतरिक संघर्षामध्ये अडकतो. कोणीतरी दुसरी व्यक्ती तुम्हाला त्याची चिंता सांगते आणि तुम्ही त्यातच अडकता. उदाहरणार्थ, समजा आपण व्यस्त आहोत आणि आपला मित्र आपल्याला फोन करून सांगतो की, तो त्याच्या आईमुळे वैतागला आहे, तर त्याने काय केले पाहिजे. आपण त्याला असे नाही सांगत की याविषयी आपण काही करू शकत नाही. उलट आपण चटकन त्याच्या प्रश्नाचे उत्तर शोधण्यात व्यग्र होतो. त्यानंतर मग आपल्याला ताण येतो की आपले काम मागे पडलेय किंवा मग प्रत्येकजण त्याचे दुःख आपल्याला सांगायला येऊ लागते. जेव्हा आपल्या आयुष्याच्या अशा कोलाहलात गुंतून जातो, तेव्हा आपल्यासाठी असलेल्या प्राधान्याच्या गोष्टींपासून आपण मागे हटण्यासाठीचे ते एक कारण बनते.

प्रत्येक वेळी आलेला चेंडू आपल्याला झेलायचा नाही, ही गोष्ट लक्षात ठेवली तर आपल्या आयुष्यातून तणाव दूर होईल. जेव्हा आपल्या मित्राचा फोन येईल तेव्हा चेंडू झेलण्याऐवजी कामापुरता संबंध ठेवा. जर आपण त्याच्याकडे लक्ष दिले नाही तर तो दुसरीकडे फोन लावेल आणि दुसऱ्या कोणाला तरी त्यात ओढून घेईल.

याचा अर्थ असा नाही की कुठलाच चेंडू आपल्याला झेलायचा आहे, ती आपली वैयक्तिक निवड असेल. याचा अर्थ असाही नाही की आपल्या मित्राची आपल्याला चिंता वाटत नाही किंवा आपण मदत करणारी व्यक्ती नाही. आयुष्याप्रति गंभीर दृष्टिकोन ठेवा आणि आपल्या मर्यादा काय आहेत, हे जाणून घ्या आणि आपल्या स्वतःप्रति असलेली जबाबदारी लक्षात घ्या. आपल्यापैकी बहुतांश लोक आपल्या कामादरम्यान समोरून टाकलेला चेंडू झेलतात. त्यामध्ये आपले शेजारी, कौटुंबिक सदस्य, अनोळखी लोकांचा समावेश असतो. जर आपण आपल्या दिशेने येणारा प्रत्येक चेंडू झेलत बसलो, तर आपण नक्कीच वेडे होऊ आणि मला वाटते तुमच्याबाबतही असे घडेल. आपल्याला फक्त हे लक्षात ठेवायचे आहे की, आपण हे काम करताना आपले प्राधान्यक्रम मागे टाकू नयेत आणि

गरजेपेक्षा अधिक भावनिक होऊ नये.

आपण कामात असताना अनावश्यक फोन कॉलला उत्तर देणे हे चेंडू झेलण्यासारखेच आहे. जर आपण तो फोन घेतला तर त्याचा अर्थ त्या फोनवर बोलण्यासाठी आपला वेळ, ऊर्जा आणि वैचारिक शक्ती देण्यासाठी राजी आहात, ज्याच्यासाठी आपल्याकडे वेळ नाही. जर आपण फोन नाही घेतला तर आपण मानसिक शांतता अबाधित ठेवली आहे. त्यानंतर वेळ असेल तेव्हा आपण फोन करू शकतो. अशाच प्रकारे अपमान किंवा निंदा प्रकरणातही वागा. जर कोणी तुमचा अपमान केला असेल, आपल्यासाठी तीव्र शब्दांचा वापर केला असेल तर आपण वैयक्तिकरीत्या दुखावले जाऊ किंवा मग आपण त्याकडे दुर्लक्ष करून आपल्या कामामध्ये पुढे जाऊ शकतो.

आपल्या दिशेने चेंडू फेकला आहे म्हणून जर कोणता चेंडू झेलायचाच असेल तर हे धोरण खूप प्रभावी आहे. मला आशा आहे की, हा प्रयोग केल्याने आपल्याला त्याचा फायदाच होईल. आपल्या लक्षात येईल की असे करताना आजपर्यंत आपण किती ऊर्जा आणि वेळ खर्ची घालत आला आहात, जी आपल्या वैयक्तिक कामासाठी वापरायला हवी होती.

१०२

ही वेळही सरेल

माझ्या आयुष्यात हल्लीच मी हे धोरण आपलेसे केले आहे. हे धोरण एक स्मरणपत्र आहे जे आपल्याला सतत आठवण करून देते की चांगले, वाईट, यश आणि चुका, नाव आणि प्रतिष्ठा - या सर्व गोष्टी येत-जात राहतात. प्रत्येक गोष्टीची सुरुवात आणि शेवट असतो आणि असेच व्हायला पाहिजे.

प्रत्येक अनुभवाचा शेवट असतो. आपल्या प्रत्येक विचाराचा शेवट होतो. प्रत्येक भावना आणि मनोवस्थेच्या जागी दुसरी भावना आणि मनोवस्था येते. आपले दुःख, एकटेपणा, मत्सर, नैराश्य आणि वैफल्य निघून गेले, तर ते गेले कुठे? याचे उत्तर कोणालाच माहीत नाही. आपल्याला इतकेच माहिती आहे की, प्रत्येक गोष्ट शून्यात विलीन होते. आयुष्यात हे सत्य स्वीकारले पाहिजे आणि ही गोष्ट थरारक असेल.

आपल्याला दोन अपरिहार्य मार्गांनी निराशा येते. आपल्याला नेहमी हव्या असणाऱ्या आनंदाचा अनुभव येतो, असे कधी होत नाही. जेव्हा आपले अनुभव नैसर्गिक प्रवाहाच्या विरुद्ध जातात तिथून निराशा जन्माला येते. आयुष्यात एका मागोमाग काही ना काही घडणार आहेच, ही जाणीव ठेवून प्रयोगशील राहणे थरारक असू शकते. एका मागोमाग एक वर्तमानातले क्षण समोर येतात. काही वेळा एखाद्या गोष्टीचा खूप आनंद होतो आणि त्यानंतर असे काही घडते जे आपल्याला आवडत नाही. या बदलत्या काळातही आपण चिंताग्रस्त होणार नसू तर ती नक्कीच चांगली गोष्ट आहे. तेव्हा आपण दुःखात आणि कष्ट करतानाही, ही वेळही निघून जाईल असाच विचार करत आहोत. आपल्या वर्तणुकीत ही सजगता नेहमीच राहिली, कष्टाच्या काळातही ती कायम राहिली तर आपल्यासाठी ते खूप उपयुक्त ठरेल. हे करणे फार सहज नाही पण आपण प्रयत्न तर करून पाहू शकतो.

१०३

आपल्या वचनांमुळे होणाऱ्या तणावपूर्ण परिणामांपासून बचाव करा

एखाद्याला दिलेल्या लहानशा वचनामुळेही तणाव निर्माण होऊ शकतो, ही गोष्ट मी काही वर्षांपूर्वीपर्यंत स्वीकारली नव्हती. पण जेव्हा कोणाला तरी दिलेले वचन माझ्या तणावाचे कारण ठरू शकते, हे जेव्हा माझ्या लक्षात आले, तेव्हा मला फार आश्चर्य वाटले. एकदा मी पाहिले की आत्यंतिक दबावात येऊन मीच माझ्या भावनांशी खेळ करत होतो. वास्तविक माझ्या वर्तणुकीत जर मी थोडा बदल केला असता तर कदाचित माझ्या आयुष्यातला तणाव काहीसा कमी झाला असता.

दुसऱ्यांना दिलेल्या वचनांविषयी विचार करा. आपण त्यांना वचन देतो, अनेकदा ते वचन आहे असेही वाटत नाही किंवा अजाणतेपणी आपण त्यांना वचन देतो. आपण अनेकदा असं सांगतो, 'मी तुला आज थोड्या वेळाने फोन करेन, तुझ्या ऑफिसच्या बाहेर उभा राहेन, मी पुढच्या आठवड्यात माझ्या पुस्तकाची प्रत पाठवेन, तुझ्यासाठी काही आणणे ही आनंदाची गोष्ट आहे किंवा कधी तुझ्या कामासाठी गरज असेल तर मला फोन कर.' अशा प्रकारे अनेकदा लहान लहान गोष्टींसाठी बोलले जाणारे वाक्य म्हणजे 'काही हरकत नाही', हेसुद्धा आपल्याला संकटात टाकू शकते. कारण या वाक्यांमध्ये काही काम करणे, वास्तव आयुष्यात आपण असे न करू शकणे किंवा करू शकतो याचा संकेत असतो. खरे हे असते की, काही हरकत नाही, असे म्हणण्याची आपणच दुसऱ्या व्यक्तीला परवानगी दिली आहे.

अशा गोष्टी मला रोज लक्षात येतात. कोणीही मला सहजपणे एखादे काम करायला सांगून जाते. 'तू ज्या लेखाविषयी सांगत होतास, त्याची प्रत मला पाठवू शकतो का?' मी स्वतःच म्हणेन, 'जरूर, काही हरकत नाही'. मी विसरू नये म्हणून त्याची चिठ्ठी बनवून ठेवेन. तरीही, दिवस किंवा आठवड्याच्या शेवटी माझ्याकडे मी दिलेल्या वचनांची एक यादी असते, जी मला पूर्ण करायची आहेत. अनेकदा मी दिलेल्या वचनाप्रति मला माफीसुद्धा मागावी लागते. कधी कधी मला राग येतो. मी वचन दिलेली कामे करण्यात खूप व्यग्र राहतो, माझ्याकडे वेळ कमी असतो किंवा जी कामे करायची असतात, ती वेळ कमी असल्याने झटपट

उरकण्याचा प्रयत्न करतो.

आपणही माझ्यासारखे असाल तर आपल्याला वचनपूर्तीसाठी प्रयत्न केले पाहिजेत. काही वेळा आपण खूप अधिक वचने देतो, तर साहजिकच आहे की प्रत्येकाला खूश ठेवण्याच्या प्रयत्नात आपल्यावर खूप ताण येत असल्याचे जाणवेल.

मी एक गोष्ट आपल्याला स्पष्टपणे सांगू इच्छितो. तुम्ही कोणालाही वचन देऊ नका असे तर मी नाही सांगू शकत किंवा उगीचच वचने देणे गरजेचे किंवा महत्त्वाचे नसते. वचने अनेक असतात. एक सुचवू शकतो की आपल्याकडून दिली जाणारी काही वचने पहिल्याच फटक्यात पूर्ण करण्याची गरज नाही. जरी ती पूर्ण करता आली नाहीत तर फार ताणही घेऊ नये. हे मला माहिती आहे. उदाहरणार्थ, मी अनेकदा माझ्या प्रकाशकांना म्हणालो, तुमचे हे काम मी पुढच्या आठवड्यापर्यंत करून देतो, पण सत्य हे आहे की, ते काम पूर्ण होण्याची वाट पाहत नाहीत, तर माझे चांगले प्रयत्न पाहतात. पण जेव्हा वचन दिले आहे, तर आपला शब्द राखण्यासाठी मला ते काम पूर्ण केले पाहिजे. मी वचन दिले नाही, पण मला माझ्याकडून उत्तम काम करायचे असते, जेणेकरून माझ्यावरचा दबाव, ताण कमी असेल. ही गोष्ट जरा कठीण आहे, पण वचन दिल्याने येणाऱ्या तणावांपेक्षा नक्कीच बरे आहे.

१०४

आपले आयुष्य प्रेममय ठेवा

मला अशी एकही व्यक्ती माहीत नाही, जी आपल्या आयुष्यात प्रेम मिळवू इच्छित नाही. ते मिळण्यासाठी आपल्या आतून प्रयत्न झाले पाहिजेत. दुसऱ्यांकडून आपल्याला हवे तसे प्रेम मिळण्याची वाट पाहण्यापेक्षा, आपल्याकडे प्रेमाचा दृष्टिकोन आणि स्रोतही असला पाहिजे. आपल्याला आतूनच प्रेम आणि दयाळूपणा यावा जेणेकरून दुसऱ्यांसाठी आपण आदर्श होऊ. दोन ठिपक्यांच्या दरम्यान असलेले लहानसे अंतरच आशा असते असे म्हटले जाते. प्रेममय आयुष्यासाठी ते महत्त्वाचे आहे. कोणत्याही प्रेमळ आयुष्याचा पाया हाच असतो की ते प्रेमाचे स्रोत होऊ शकेल. आपली वर्तणूक, निवड, दयाळूपणा आणि दुसऱ्यांपर्यंत पोहोचण्याची इच्छा आपल्याला हे लक्ष्य गाठण्यासाठी मदत करते.

पुढच्या वेळी जेव्हा आपल्याला असे वाटेल, की आपल्या आयुष्यात प्रेमाचा अभाव आहे, तेव्हा एक प्रयोग करा. जग आणि इतर लोकांना थोड्या वेळासाठी विसरा. आपल्या मनाकडे लक्ष द्या. मनाला महान प्रेमाचा स्रोत बनवू शकता का? आपल्या स्वतःसाठी आणि दुसऱ्यांसाठीही आपण प्रेमळपणे विचार करू शकतो का? आपण उर्वरित जगाला प्रेमळ विचार देऊ शकतो - त्या लोकांनाही ज्यांना आपण, आपल्या प्रेमाच्या लायक समजत नाही?

जेव्हा आपण स्वतःला प्रेमाचा स्रोत मानतो, उच्च दर्जाच्या प्रेमाच्या आशेसाठी मुक्त होतो आणि त्यालाच आपले पहिले प्राधान्य असते, तेव्हा आपल्या मनाप्रमाणे प्रेम मिळण्याच्या दिशेने पुढे पाऊल टाकत असतो.

अशा रीतीने आपण काही उल्लेखनीय गोष्टी मिळवू शकतो. आपण जितके जास्त प्रेम देऊ, तितके आपल्याला जास्त प्रेम मिळते. आपण प्रेमळ होण्याकडे लक्ष देऊ, तेव्हा ते नियंत्रणात ठेवू शकता. मात्र दुसऱ्याकडून प्रेम मिळवण्याच्या आशेवर मात्र आपले काही नियंत्रण राहत नाही.

आपल्या आयुष्यात प्रेमाचा अभाव नाही. प्रेम हेच स्वतःच एक पुरस्कार आहे, आणि जगाचे सर्वांत मोठे रहस्य हेच आहे, हे आपल्या लवकर लक्षात येईल.

१०८

आपल्या विचारांची ताकद जाणून घ्या

आपण केवळ मानसिक परिणामांविषयी सजग राहू इच्छित असाल तर तुम्हाला, तुमच्या विचार आणि आणि भावना यांच्या दरम्यानच्या गोष्टींविषयी जाणून घ्यायला हवे. आपण सातत्याने विचार करतो, हे माहीत असणे खूप महत्त्वाचे आहे. आपल्याला पहिल्यापासूनच ही गोष्ट माहिती आहे, असे समजण्याची चूक करू नका. क्षणभर आपल्या श्वासोच्छ्वासाचा विचार करा. आत्ताच्या क्षणापर्यंत, हे वाक्य वाचेपर्यंत आपण ते विसरून गेलो होतो. सत्य तर हेच आहे की जेव्हा आपल्याला श्वास घ्यायला अडचण होत नाही, तोपर्यंत आपले लक्ष श्वासाकडे जातही नाही.

विचारही असेच काम करतात. आपण नेहमी विचार करत असतो त्यामुळे विसरणे सोपे होते आणि आपल्यासाठी ते अदृश्य असते. पण आपण हेदेखील विसरतो की अति विचाराने आयुष्यात गंभीर समस्या निर्माण होऊ शकतात– जसे राग, संघर्ष आणि तणाव इत्यादी. याचे कारण हेच असते की आपले विचारच भावनेच्या रूपात आपल्या समोर येतात. या दोन्हींमध्ये जवळचा संबंध आहे. बघा, राग येण्याचा विचार न करता रागावण्याचा प्रयत्न करा. तणावग्रस्त विचाराविना तणावग्रस्त होऊन दाखवा. आपण असे करू शकत नाही, कारण ते अशक्य आहे. वास्तव हेच आहे की कोणतीही भावना अनुभवताना आपल्याकडे त्याच्याशी निगडित भावना असली पाहिजे.

दुःख कुठल्याही आधाराशिवाय टिकून राहू शकत नाही. ते आपल्याबरोबर नकारात्मक विचारही घेऊन येते. त्या विचाराअभावी, निराशा, तणाव किंवा ईर्ष्या टिकू शकत नाही. जेव्हा आपण निराश होतो, तेव्हा लक्षात घ्या की त्या वेळी आपल्या डोक्यात नकारात्मक विचारही सुरू असतात. मात्र आपले आयुष्य नकारात्मक नसते. ही एक लहानशी गोष्ट आपल्या लक्षात आली तर आपण आनंदाच्या मार्गावर चालू शकतो. त्यासाठी, फिरायला गेल्यावर आपण चेहऱ्यावर येणाऱ्या माश्या जशा हाताने दूर हाकलून देत मजा करतो, अशा स्थितीपर्यंत पोहोचण्याचा आपल्याला सराव करावा लागेल.

१०६

जास्त मिळाले तर चांगले, हा विचार सोडून द्या

जगभरात आपल्या देशाची संस्कृती संपन्न मानली जाते. भले अमेरिकेमध्ये जगातली ६ टक्के लोकसंख्या आहे पण आपल्याकडे निम्म्याहून जास्त संसाधने आहेत. जास्त असणे चांगले असते तर मग आपण या काळातील सर्वांत आनंदी आणि समाधानी संस्कृती म्हणून नावाजलो असतो. पण तसे नाहीये. आपण तर सर्वांत अधिक असंतुष्ट संस्कृतींमध्ये जगतो आहोत.

आपल्याकडे खूप जास्त गोष्टी असणे वाईट किंवा अनुचित आहे असे नाही. पण जास्त हवे ही आंधळी लालसा निश्चितच अनुचित आहे. आपल्याला जर असे वाटते की जास्त मिळालेले चांगले, तर आपण कधीही संतुष्ट किंवा समाधानी होणार नाही.

आपल्याला जेव्हा एखादी गोष्ट मिळते तेव्हा ती सोडून आपण पुढच्या गोष्टीकडे धावतो. अशा प्रकारे आपले आयुष्य आणि आयुष्याकडून मिळालेली वरदाने दुर्लक्षित करतो. एका व्यक्तीने नवीन घर घेतले आणि घरात प्रवेश करताक्षणी त्याची उत्कंठा लोप पावली, त्याचा आनंद कमी होत गेला. त्याला वाटायला लागले की घर अजून मोठे आणि आरामशीर का नाही? त्याला एकही दिवस त्याच्या घराचा आनंद घेता आला नाही. दुर्दैवाने, ती अशी एकच व्यक्ती नाही. आपण सारेच काही प्रमाणात असे आहोत. १९८९ मध्ये दलाई लामा यांना शांततेचा नोबेल पुरस्कार मिळाला तेव्हा एका पत्रकाराने त्यांना प्रश्न केला, 'यानंतर आता काय?' जणू आपण जे काही करतो - घर विकत घेणे, कार विकत घेणे, साथीदार निवडणे, नवीन कपडे घालणे, एखादे पद किंवा पदवी मिळवणे हे सारे पुरेसे नसते.

ह्या वृत्तीपासून सुटका हवी असेल तर स्वतःला एक विश्वास देता आला पाहिजे की जास्त हवे हे चांगले नाही. आणि आपल्याला काही हवे आहे ही समस्या नाही, तर सतत काहीतरी मिळत राहिले पाहिजे ही इच्छा असणे योग्य नाही.

समाधानी राहण्याचा अर्थ असा नाही की आपण आयुष्यात अजून काही

मिळवू शकत नाही किंवा मिळवू इच्छित नाही. त्याचा अर्थ एवढाच आहे की आपला आनंद जास्त हवे असण्यावर अवलंबून नाही. जेव्हा आपले लक्ष आत्ताच्या क्षणांवर केंद्रित करायला शिकू आणि आपल्या इच्छांवर केंद्रित राहणार नाही, तेव्हा आयुष्य अधिक चांगले होईल. जेव्हा आपल्या मनामध्ये चांगले होण्याचे विचार असतील, तेव्हा आपल्याला आयुष्याच्या अनिवार्य गोष्टींकडे लक्ष देणे अधिक सुलभ होईल आणि हे विचार आपल्या उपयोगीही येतील.

आपल्याकडे जे काही आहे त्याचे कौतुक करण्याची सवय लावून घ्या. आयुष्याकडे अशा नव्या दृष्टीने पाहा की जणू हे पहिल्यांदाच पाहत आहोत. नव्या सजगतेने पाहताना आपल्या आयुष्यात नवी संधी येईल. आपल्या कौतुकाची भावना अधिक प्रगत होईल.

आपल्याकडे काय आहे आणि आपल्याला काय मिळवायचे आहे, हेदेखील आनंद मोजण्याचे एक परिमाण आहे. आपल्याला वाटले तर आपल्या मनासारख्या गोष्टींमागे पळता पळता आनंदाचा पाठलाग करू शकतो किंवा सजगतेने असे ठरवू शकतो की आपल्या मनासारखी गोष्ट आपल्याकडे पहिल्यापासूनच आहे. हे धोरण आपल्या आयुष्याला सरळ, सहज आणि समाधानी बनवू शकते.

१०७

आपल्या रीती आणि सवयींचे निरीक्षण करा (जर गरज लागली तर त्यात बदल करण्यास तयार राहा)

आपल्या रोजीरोटीसाठी आपण काम करतो, तेव्हा गरज नसतानाही आपल्याला काही सवयी जडतात. काही चांगल्या, काही साधारण, काही वाईट असतात. अनेक सवयी पक्क्या होत जातात की त्याकडे आपले लक्षही जात नाही आणि काही बदलही होत नाहीत. बऱ्याचदा आपण कोणती ना कोणती सवय आपलीशी करतो आणि संपूर्ण कारकिर्दीत त्याची सवयच लागून जाते.

काही सवयी आणि संस्कारांकडे लक्षपूर्वक पाहिले आणि त्यामध्ये बदल करण्याचा प्रयत्न केला तर आपल्या आयुष्याच्या दर्जा वाढू शकेल. आपल्या सवयी आपल्यासाठी तणावाचे कारण ठरतात. त्यामुळे आपले वर्तमान आयुष्य जितके तणावपूर्ण असते, त्यापेक्षा भविष्यातले आयुष्य अधिक तणावपूर्ण होते.

या पुस्तकामध्ये दिलेल्या शक्यतांमध्ये काही सामान्य सवयी आणि संस्कारांचे वर्णन आहे. त्यापैकी काही आपल्याला अगदी ओळखीच्या वाटतील तर काही अगदी अनोळखी. आपल्याला कामाला जाण्यापूर्वी तयार होण्याची सवय नाही आणि त्यामुळे आपण कायमच घाईत असता. आपल्याला दिवसा जास्त प्रमाणात जेवण्याची सवय असेल, आपल्याला व्यायामाला वेळ मिळत नाही किंवा दुपारनंतर थकल्यासारखे वाटते अशी आपली तक्रार असते. आपण कदाचित स्वतःच्या चारचाकीने कामाला जात असू. कदाचित आपल्याकडे रेल्वे आणि बससारखे पर्यायही उपलब्ध आहेत, जे स्वस्त आहेतच पण त्यात बसून वाचणे किंवा आराम करण्यासाठी वेळ मिळू शकेल. कदाचित आपण गरजेपेक्षा जास्त कॅफिन सेवन करत असाल आणि एका विशिष्ट वेळी खूप जास्त बेचैन आणि उत्तेजित होत असाल. आपण काम संपल्यानंतर कदाचित दारू किंवा वाईन प्यायला कुठल्यातरी बारमध्ये जात असाल, कारण आपल्याला तशी सवय आहे. असेही असू शकते की ज्या लोकांबरोबर आपण काम करतो, त्यांच्याबरोबर मित्रत्वाने राहण्यापेक्षा थोडे रूक्षपणे वागत किंवा रागावत असाल, तर ते लोक आपल्याला सहकार्य करत नाहीत किंवा नाराजी दाखवत असतील. असेही होऊ शकते की आपण वर्तमानपत्र वाचण्यासाठी खूप वेळ लावता आणि आपल्या आवडीचे पुस्तक वाचण्यासाठी

खूप कमी वेळ घालवत असाल. कदाचित आपण रात्री खूप उशिरा झोपायला जात असू किंवा खूप लवकर. किंवा असेही होऊ शकते की आरामशीर झोपण्यासाठी उशिरा रात्री काही खातपीत असाल. या सवयींपैकी कोणती सवय आपले आयुष्य अवघड करतेय हे फक्त आपण जाणून घेऊ शकतो.

यापैकी कोणती सवय अशी आहे, की जी प्रामुख्याने आपल्या आयुष्यातला तणाव वाढवत आहे– ज्यामुळे आपल्याला दिवसरात्र कष्ट करावे लागतात आणि अगदी लहानसे काम करतानाही आपण घाबरून जातो. आपल्या सवयींचे निरीक्षण केल्याने आपल्यालाच मदत मिळेल.

वरच्या उदाहरणांमध्ये काही बदल घडवून आणले तर आपल्या आयुष्यातला तणाव थोडा कमी होऊ शकेल. तो बदल अगदी साधा असेल पण ताकदीचा बदल असेल. मी असे कधीच करू शकत नाही, असे स्वतःला सांगण्याऐवजी आपला मेंदू खुला करून बदलाची कल्पना करा.

सकाळी उठल्यानंतर सर्वांत आधी तणावपूर्ण दिवस आणि तणावरहित दिवसाची कल्पना करा. एक तास लवकर उठलो किंवा आपल्या दिवसाची सुरुवात थोडीशी लवकर केली तर झालेला बदल लक्षात येईल.

मी अशा कितीतरी लोकांना ओळखतो, जे दुपारी जेवल्यानंतर १ तास फिरतात. या एका कृत्याने त्यांच्या आयुष्यात मोठा बदल घडून आला आहे. त्यांचे वजन कमी झाले आणि ते पहिल्यापेक्षा अधिक निरोगी झाले. त्यांना अधिक ताजेतवाने वाटू लागले आणि त्यांच्या ऊर्जेतही वाढ झाली. यातून ते दुपारच्या जेवणाचे पैसे तर वाचवतात आणि ते पैसे भविष्यासाठी साठवून ठेवतात. फिरताना ते आपल्या मित्रांना भेटतात आणि एक तासभर सामाजिक संबंध वाढवतात. त्यांना अधिक शांत आणि आरामदायी वाटते.

प्रत्येक जण वेगळा असतो आणि आपल्या सर्वांच्या सवयीही वेगळ्या असतात, ज्यामध्ये आपण आनंदाचा अनुभव घेतो. आपण कोणत्या सवयींमध्ये बदल घडवून आणू इच्छिता, याची मला कल्पना नाही, पण मला खात्री आहे की आपण कमीत कमी एखादी सवय बदलण्याविषयी नक्कीच विचार करू शकतो. प्रयत्न जरूर करून पाहा. आपल्याकडे गमावण्यासारखे काही असेलच तर तो कदाचित थोडासा ताण असेल.

१०८

स्वतःला विचारत राहा, जास्त महत्त्व कशाला आहे?

बऱ्याचदा आपण गोंधळ, जबाबदाऱ्या आणि आयुष्यातली ध्येये यांच्यामुळे गोंधळून जातो. काही वेळा इतके वाहावत जातो की आपल्या हृदयाजवळ असणाऱ्याला, प्रिय असणाऱ्याला आपण विसरून जातो. माझ्या लक्षात आले आहे की, आपण स्वतःला हा प्रश्न विचारणे फायद्याचे ठरते की, 'काय महत्त्वाचे आहे?'

बऱ्याचदा मी सकाळी उठल्यानंतर स्वतःला असा प्रश्न विचारतो. स्वतःलाच लक्षात आणून देतो की माझ्यासाठी काय महत्त्वाचे आहे, त्यामुळे माझे प्राधान्यक्रम ठरवण्यासाठी मदत होते. मला लक्षात राहते की माझ्यावर अनेक जबाबदाऱ्या असूनही माझ्याकडे, काय महत्त्वाचे आणि माझी ऊर्जा कशासाठी खर्च करायची, या निवडीची संधी आहे. माझी पत्नी, मुले, लेखन आणि माझ्या आंतरिक काम ासाठीही ऊर्जा उपलब्ध असेल.

हे धोरण खूप सुलभ वाटेल पण माझ्या लक्षात आले की मला सरळ मार्गावर चालण्यासाठी हे खूप उपयुक्त आहे. जेव्हा मी काही क्षणांसाठी स्वतःला लक्षात आणून देतो की, असं काय आहे जे वास्तव आयुष्यात महत्त्वाचे आहे, तेव्हा मी त्या एका क्षणाशी जोडला गेलो आहे असे वाटते. तेव्हा माझ्यासाठी काही घाई नसते, गैरसोय नसते आणि सर्व गोष्टी सहजतेने घडू लागतात. त्या व्यतिरिक्त घाई केली तर प्राधान्य असलेल्या गोष्टी हरवून जाण्याची भीती कायम राहते. आपल्याच व्यग्रतेच्या जाळ्यात आपण अडकून पडतो. घर ते काम आणि काम ते घर या चक्रांमध्ये धीर हरवतो, व्यायाम करायचा राहून जातो आणि अशी कामे करू लागतो, जी माझ्या आयुष्याच्या ध्येयाशी जुळत नाहीत.

आपण जर नियमितपणे स्वतःला हे प्रश्न विचारत राहिलात की, आपल्यासाठी काय महत्त्वाचे आहे, तर कदाचित आपल्याला असे काही पर्याय मिळतील जे आपल्या ध्येयापेक्षा विपरीत किंवा वेगळे असणार नाहीत. ही कार्यशैली आपलीशी केली तर आपण आपली कामे आणि लक्ष्य यांचा मेळ घालत सजगतेने आणि प्रेमाने निर्णय घेऊ शकाल.

१०९

आपल्या मनाचे ऐका

आपण बऱ्याचदा स्वतःशीच असे म्हणतो की, 'मला माहीत होते की मी असे करायला हवे होते.' अनेकदा आपले मन काही वेगळे सांगते आणि ते आपण न ऐकल्यासारखे करतो. आपल्या मनाचा आवाज ऐकायला हवा म्हणजे आपल्या अंतर्मनातून येणारा तो आवाज ऐकून त्यावर विश्वास ठेवला पाहिजे. त्याला कळते की आपण काय करायला हवंय. आपल्यापैकी अनेक लोक त्यांच्या मनाचे ऐकत नाहीत किंवा त्यांना भीती वाटते की ते तर्कशुद्ध उत्तरे देणार नाहीत. आपण स्वतःलाही हेच सांगत राहतो की आपल्या मनाचा आवाज योग्य नसेल किंवा आपण तसे करू शकत नाही. आणि मग विचार करणारे आपले डोके समोर आले की आपण त्या अंतर्मनाच्या विचारापेक्षा वेगळा विचार करू लागतो. पुन्हा आपल्या मर्यादांची चर्चा करतो आणि मग त्या आपल्या मर्यादाच आपले कुंपण होऊन जातात.

जर आपली भीती मागे टाकून आपण पुढे जाऊ शकलो, तर आपले मन आपल्याला योग्य उत्तर देईल आणि आपले आयुष्य साहसी होऊन जाईल. आपल्या मनाचे ऐकणे आणि त्यावर विश्वास ठेवणे याचा अर्थ असा की आपण आपला आनंद आणि सनदशीर मार्गामध्ये येणाऱ्या सर्व अडचणींना दूर करत आहात. अशा प्रकारे आपण आपल्या विवेक आणि उदारतेच्या महान स्रोताशी एकरूप होऊ शकता.

जर आपल्या मनाचा आवाज ऐकू शकत नसू, तर थोडावेळ मन शांत करून एकांतात बसा. सवयीने आपल्या शांत मनाच्या पृष्ठभागावर येणाऱ्या, स्वतःला पराभूत करणाऱ्या विचारांना दुर्लक्षित करा. जर असे काही विचार मनात येत असतील तर त्या विचारांकडे पाहा आणि त्याचे साक्षीदार व्हा. जसे, आपल्या मनात आले की कोणालातरी प्रेमळ संदेश पाठवायचा आहे, तर मागे हटू नका, तो अवश्य पाठवा. आपल्या मनाने सांगितले की आपल्याला स्वतःसाठी काही वेळ काढायचा आहे तर, ते करण्यापासून मागे हटू नका. जर मन म्हणाले की आपल्या सवयींकडे लक्ष द्यायला हवे तर आपल्या सवयींकडे पाहा. मनच आपल्याला सांगेल की आपल्याला काय करायचे आहे आणि काय करायचे नाही. यामुळे आपल्याला असे विलक्षण अनुभव येतात आणि आपल्या आयुष्यामध्ये झालेला फरक आपल्या स्वतःच्याच लक्षात येतो.

११०

वर्तमानाकडे लक्ष द्या

वर्तमानावर लक्ष केंद्रित करण्याच्या महत्त्वाच्या क्षमतेविषयी अनेक गोष्टी सांगितल्या गेल्या आहे. मला तर वाटते की ही अशी विवेकबुद्धी आहे, जी आपण पूर्ण मिळवू शकत नाही. आपले लक्ष जेव्हा या एका क्षणावर केंद्रित करू शकू, तेव्हा आपल्या लक्षात येईल की आपल्या कार्यतत्पर आयुष्यात खूप फायदा होतो आहे. तणाव कमी होऊ लागेल, गैरसोय कमी होईल, आपण पहिल्यापेक्षा कितीतरी जास्त प्रभावी आणि सहज होऊ लागाल. आपल्या कामाचा पूर्वीपेक्षा जास्त आनंद घेऊ शकाल, उत्तम श्रोता व्हाल आणि आपल्या शिकण्याची ऊर्मी अधिक तीव्र होईल.

अनेकदा काय होते की आपले लक्ष भविष्याकडे लागून राहते. आपण एकाच वेळी अनेक गोष्टींविषयी विचार करतो, चिंता करतो. वेळमर्यादा आणि संभवित अडचणी, या आठवड्याच्या शेवटी काय करणार आहोत, आपल्या कामाविषयीच्या प्रतिक्रिया वगैरे वगैरे. कोणती कामे चुकीची होऊ शकतात किंवा आपल्या मार्गात कोणत्या अडचणी येऊ शकतात, याचा अंदाज आधीपासून लावू लागतो. आपण स्वतःलाच विश्वास देतो की अमूक काम किती कठीण असेल. वास्तविक ती घटना घडण्यासाठी बराच वेळ लागणार असतो.

किंवा मग आपले लक्ष भूतकाळात जाते, जिथे आपण गेल्या आठवड्यात केलेल्या चुकीविषयी पश्चात्ताप करतो किंवा आज सकाळी झालेल्या वादाची चिंता करतो. अनेकदा तर गेल्या तिमाहीतला घटलेला पगार डोळ्यांसमोर नाचू लागतो किंवा एखादी दुःखद आणि लाजिरवाणी घटनाच डोक्यात थैमान घालते. भूतकाळ असो किंवा भविष्यकाळ, आपण वाइटाची कल्पना करण्याची संधीच काढून टाकतो. बहुतेकदा आपली मानसिक आंदोलने त्या भविष्यावर केंद्रित असतात, ज्या कदाचित भविष्यात घडणारच नाहीत. आणि जरी घडल्या तरीही इतक्या भयानक नसतील, जितकी आपण त्याची कल्पना करतो. आपल्याला भूतकाळातल्या अशा घटना आठवण्यात आनंद मिळतो, ज्यावर खरेतर आपले काहीही नियंत्रण नव्हते आणि असूही शकत नाही.

घटनेच्या या दोन्ही बाजूंकडे मी बघितले आहे. कामाच्या वेळी मेंदूला पन्नास

प्रकारच्या कामांमध्ये व्यग्र ठेवायचे किंवा स्वतःला पूर्णपणे वर्तमानावर केंद्रित ठेवायचे. माझ्यावर विश्वास ठेवा, केंद्रित झालेले मन खूप शांत, रचनात्मक आणि प्रभावशाली असते. मी तर असे म्हणेन की, वर्तमानावर केंद्रित राहण्याची माझी क्षमता ही माझ्या सर्वोत्तम क्षमतांपैकी एक आहे. मी कधी कोणाशी फोनवर बोलत असेन किंवा कोणी समोर बसून माझ्याशी बोलत असेल, तर इतर कोणत्याही गोष्टींकडे लक्ष न देता पूर्ण लक्ष त्या व्यक्तीकडे देतो. त्यामुळे मला त्याचे पूर्ण बोलणे ऐकण्याची आणि समजून घेण्याची संधी मिळते.

लिखाण करतानाही मी असेच करण्याचा प्रयत्न करतो. जर तातडीची वेळ नसेल तर मी आपल्या कामात पूर्णपणे मग्न होतो. त्यामुळे माझे पूर्ण लक्ष आणि ऊर्जा ही फक्त एकाच गोष्टीवर केंद्रित असते- जे रचनात्मक आणि उत्तम कामासाठी एक आदर्श वातावरण म्हटले जाऊ शकते. माझ्या असेही लक्षात आले की खऱ्या अर्थाने पूर्णपणे लक्ष केंद्रित करून केलेले काम हे दिवसभरात आलेल्या अडथळ्यांसह केलेल्या कामाच्या उत्पादकतेबरोबरचे असते. जेव्हा मी एखाद्या गटाशी बोलतो, तेव्हाही मी हेच करतो. जेव्हा मी एखाद्या गटाबरोबर असतो, त्या वेळी मी दुसरीकडे असण्याची इच्छा बाळगत नाही. मात्र हे कौशल्य प्राप्त करण्यासाठी मी खूप मेहनत घेतली आहे. दुसऱ्या शब्दांत सांगायचे तर, मी शिकागोमध्ये असेन तर पुढच्या दिवसाच्या क्लीवलँडच्या कार्यक्रमाचा विचार नाही करणार. माझ्या मते, वर्तमानावर लक्ष केंद्रित ठेवण्याच्या या गुणांनी मला एक प्रभावी वक्ता करण्याबरोबरच कठोर परिश्रम करत असतानाही दीर्घकालीन दौऱ्याच्या काळात अथक काम करण्याची क्षमता प्रदान केली आहे.

आपण काहीही काम करत असू, त्यामध्ये बुडून जाण्याचा आपला असा एक आनंद आहे. त्यामुळे आपला आनंद वृद्धिंगत होतो. मला पूर्ण विश्वास वाटतो की, आपणही त्याचा आनंद घ्याल.

१११

जे आहे त्याचा स्वीकार करा

बऱ्याच तत्त्वज्ञानांमध्ये सर्वांत मूलभूत आध्यात्मिक नियम हाच आहे की, काहीही झाले तर त्यासाठी आपल्या मनाला मुक्त ठेवले पाहिजे. आयुष्य असेच असले पाहिजे अशी सक्ती नको. हा विचार खूप महत्त्वाचा आहे कारण आपला अंतर्गत संघर्ष हा याच गोष्टीसाठी असतो की आपण आयुष्य आपल्या पद्धतीने आपल्या मुठीत ठेवू इच्छितो. आयुष्य आपल्याला हवे तसे चालावे असे वाटते. आपण प्रत्येक क्षणी सत्यासाठी जेवढे समर्पित राहू, आपल्या मनाला तितकीच शांतता मिळेल.

आपण सुरुवातीलाच ठरवतो की आपले आयुष्य असे असे असले पाहिजे. त्यामुळे आपल्याला संधीचा फायदा घेता येत नाही. वर्तमान क्षणाचा आनंद आपण घेऊ शकतो. पण काही वेळा हीच गोष्ट आपल्या परिस्थितीचा आदर करू देत नाही, जी आपल्यासाठी जागृत होण्याची मोठी संधी असते. आपल्या मुलाची तक्रार किंवा साथीदाराचा नकार सहजपणे स्वीकारता आला पाहिजे. ते आपल्या म्हणण्यानुसार वागत नसतील, तर त्या गोष्टीचा स्वीकार करता आला पाहिजे. जर एखादी योजना पूर्ण होऊ शकत नसेल, तिला मंजुरी मिळत नसेल तर नाराज होण्याऐवजी मनापासून तो नकार, ती परिस्थिती स्वीकार करा आणि पुढच्या वेळी अधिक चांगल्या प्रकारे करून दाखवू असा विचार करा. दीर्घ श्वास घ्या आणि सहज वृत्तीने प्रतिक्रिया द्या. अशा प्रकारे आपण मनाला मोकळे करून तक्रारी, अस्वीकार आणि अपयशाला लांघून त्यांचा आनंद घेऊ शकतो, विशेषतः जेव्हा आयुष्य आपण ठरवल्यानुसार चालत नसेल. आपल्याला दैनंदिन आयुष्यातल्या अडचणींना सामोरे जाताना खुल्या मनाने जगता आले तर लवकरच आपल्या लक्षात येईल की बऱ्याच गोष्टींची आपण उगाच चिंता करत होतो. यामुळे आपला दृष्टिकोन सखोल होतो. आपल्या लक्षात येते की आपण ज्या आक्रमक पद्धतीने लढतो आहोत, तिथे शांत आणि मौन राहूनही या गोष्टी साध्य होऊ शकतात. आपण वर्तमान क्षणासाठी समर्पण करत ही गोष्ट स्वीकार करता की जे काही घडतेय, ते चांगले आहे, तेव्हा आपण आतूनच खूप शांत होतो. हळूहळू आपली ही जागरूकता मोठ्या गोष्टींमध्येही येते. तो प्रत्यक्षात जगण्याचा शक्तिशाली उपाय ठरू शकतो.

११२

आपल्या कामाशी मतलब ठेवा

आपल्याला जेव्हा आपलीच मानसिक ओढ, समस्या, आयुष्यातल्या समस्या, सवयी, विरोधाभास आणि आयुष्यातली गुंतागुंत या सर्वांच्या पलीकडे जायचे असते, तेव्हा आयुष्यात सहज भाव ठेवणे अवघड होऊ शकते. मात्र आपल्याला दुसऱ्यांच्या समस्याही सोडवाव्या लागत असतील, तर आपल्याला मानसिक शांतता राखणे अवघड जाते. बऱ्याचदा, आपण काही गोष्टींसाठी कंटाळतो, नाराज, चिंतीत आणि रागावलेले असतो. आपल्याला हेच लक्षात येत नाही की या गोष्टींवर आपले नियंत्रण नाही आणि सर्वांत महत्त्वाची गोष्ट म्हणजे त्या गोष्टींशी आपला काही संबंधही नसतो.

याचा अर्थ असा नाही की तुम्ही दुसऱ्याला मदत करू नका. फक्त अशा कामांपासून किंवा बाबींपासून दूर राहा ज्याच्याशी तुमचा काही संबंध नाही.

आपल्याला ही गोष्ट लक्षात आली पाहिजे की कधी कोणाची मदत करायची आहे आणि कधी कोणाला एकटे सोडायचे आहे. मी स्वतः अनेकदा न मागता दुसऱ्यांच्या मदतीला गेलो आहे. माझे सर्व प्रयत्न व्यर्थ ठरले आणि समोरच्याकडून कधी कौतुकही झाले नाही. अनेकदा तर ते यामुळे रागवायचे. मी जेव्हा दुसऱ्यांच्या आयुष्यात अनावश्यक दखल देणे बंद केले, तेव्हा माझे आयुष्य सरळसोपे झाले आणि आता मी नकोशा पाहुण्यांसारखा कोणाच्या आयुष्यात डोकावत नाही. समोरच्याला मदत हवी किंवा खरोखर गरज असेल तेव्हाच मी मदतीसाठी पुढे जातो.

आपले काम भले, आपण भले– अशी वृत्ती ठेवली तर दुसऱ्यांच्या मदतीला धावून जाण्याचा मोह कमी होईल. त्यामुळे आपल्या आयुष्यात कुजबूज करणे, चुगल्या करणे, दुसऱ्यांना जोखणे किंवा त्यांची निंदा करणे या गोष्टीही कमी होतील. आपण दुसऱ्यांच्या कमतरतेवर अधिक लक्ष यासाठीच देतो मात्र आपण स्वतःकडे कधी लक्ष देत नाही. जेव्हा आपण स्वतःच असे काही करतो, हे जाणवले की स्वतःला त्या परिस्थितीतून लवकरच वेगळे करा. अशा प्रकारे आपली जास्तीची ऊर्जा आपण दुसऱ्या अधिक चांगल्या कामांसाठी, जिथे खरोखरच गरज आहे तिथे वापरू शकतो.

११३

कोणाच्याही पाठीत खंजीर खुपसू नका

मी, अतिथी व्याख्याता म्हणून जाण्याअगोदर कॉर्पोरेट कार्यक्रमांमध्ये सहभागी होत असे. तेव्हा एका युवकाने मला जवळ येऊन त्याची ओळख करून दिली. तेव्हा मला तो प्रामाणिक वाटला होता, जेव्हा त्याने दुसऱ्याच्या पाठीत खंजीर खुपसण्यासारखी वर्तणूक केली नव्हती.

त्याने स्वतःच्या मालकाविषयी तक्रारी आणि निंदा करण्याचा सपाटाच लावला होता, त्याला त्याच्या सहकाऱ्यांविषयीही तक्रारी होत्या. दहा मिनिटातच मी त्याच्या कंपनीतल्या कचरा गोष्टींचा तज्ज्ञ झालो होतो. जर त्याने सांगितलेल्या गोष्टींवर मी विश्वास ठेवला असता, तर त्याच्या पूर्ण फर्मचे नक्कीच वाटोळे झाले असते आणि फक्त तोच एक अपवाद राहिला असता.

पण त्याच्या बाबतीतली दुर्दैवी गोष्ट अशी की त्याला हे लक्षात येत नव्हते की तो काय करत होता. त्याच्या सर्वसाधारण बोलण्याची हीच सवय असावी. त्याला दुसऱ्याच्या पाठीमागे बोलण्याची सवय असावी.

दुर्दैवाने, केवळ त्यालाच ही वाईट सवय नाही, तर देशाच्या विविध भागांमध्ये, विविध प्रकारच्या लोकांना भेटल्यानंतर मला खेदानेच असे म्हणावे लागते की अजूनही लोक दुसऱ्याच्या पाठीत खंजीर खुपसण्याच्या सवयीतून बाहेर पडत नाहीत. बहुतेक लोक याच्या परिणामांविषयी विचारच करत नाहीत.

एखाद्याच्या पाठीमागे त्याला वाईट बोलू नये यामागे दोन कारणे आहेत जी तुम्ही जाणून घेतली पाहिजेत. एक हे ऐकायला वाईट वाटते आणि चांगले दिसत नाही. जेव्हा मी एखाद्याला दुसऱ्याविषयी त्यांच्या पाठीमागे वाईट बोलताना पाहतो तेव्हा ज्याच्याविषयी तो बोलतो आहे त्याबोलणाऱ्याविषयी पण मला माहिती मिळते. माझ्यासाठी, दुसऱ्याच्या पाठीमागे निंदा करणारी व्यक्ती दुतोंडी असते. ज्या व्यक्तीचे मी उदाहरण दिले आहे ती व्यक्ती, आपल्या कर्मचाऱ्यांनाही हे सर्व सांगत असेल, जसे त्याने त्यांच्याविषयी मला सांगितले, अशी मला शंका आहे. दुसऱ्या शब्दांत सांगायचे तर तो त्यांच्याबरोबर हसून बोलतही असेल पण त्यांच्या पाठीमागे नक्कीच वेगळ्या पद्धतीने वागत असेल. माझ्यासाठी ही गोष्ट काही फार

चांगली नाही आणि त्यामुळे प्रतिमाही वाईट बनते.

ही अत्यंत नीच आणि अनैतिक गोष्ट असण्याशिवाय, दुसऱ्यांच्या पाठीमागे वाईट बोलल्याने आपण इतरही काही समस्यांनी ग्रस्त होऊ शकतो. तणाव, उद्वेग किंवा इतर नकारात्मक भावना आपल्यामध्येही येतात.

पुढच्या वेळी जेव्हा आपण एखाद्याविषयी दुसरी व्यक्ती वाईट बोलताना ऐकू, तेव्हा कल्पना करा की त्या व्यक्तीला प्रत्यक्षात काय वाटत असेल - त्याच्या आत्मविश्वासू सुरक्षित प्रतिमेच्या मागे काय लपले असेल? जी व्यक्ती आपला बचाव करण्यासाठी समोरच येणार नाही, त्याच्याबाबतीत वाईट, चुकीच्या आणि नकारात्मक गोष्टी बोलल्यानंतर कसे वाटेल?

११४

सामान्यत्वातल्या असामान्यत्वाचा शोध

मी दोन कर्मचाऱ्यांची कथा ऐकली होती. ते कामगार होते. एक पत्रकार त्यांना भेटायला गेला आणि विचारले की तुम्ही काय करता आहात? पहिल्या कामगाराने सांगितले की, 'मी एखाद्या गुलामाप्रमाणे संपूर्ण दिवस विटा वाहायचे काम करतो, मला खूप कमी पगार मिळतो. माझा सारा दिवस वाया जातो.'

दुसऱ्या कामगारालाही तोच प्रश्न विचारला तेव्हा त्याने सांगितले की, 'मी जगातली सर्वांत नशीबवान व्यक्ती आहे. मी वास्तुकलेतला महत्त्वाचा आणि सुंदर भाग तयार करतोय. याच विटांनी एक मास्टरपीस तयार होणार आहे.'

ते दोघेही बरोबर बोलत होते.

सत्य तर हेच आहे की आपण आयुष्यात तेच पाहतो जे आपल्याला पाहायचे असते. जर कुरूपता शोधत राहिलो तर त्याची कमतरता नाहीये. आपण दुसऱ्यांमधले दोष शोधत राहिलो, तर लोकांच्या आयुष्यात त्याची कमतरता नाही. मात्र आपण सामान्यांमधले असामान्यत्व शोधत राहिलो तर अर्थातच आपण स्वतःकडे अशाच प्रकारे पाहायला शिकतो. आपणही स्वतःच्या कामाला त्या दुसऱ्या कामगाराप्रमाणे असामान्य मानू शकतो का? आपण हे पाहू शकतो का, या सुंदर जगाच्या सुसंवादात आपणही जोडले गेलो आहोत. आपणही या ब्रह्मांडाचा एक भाग आहोत, माणसाच्या आयुष्याचा असाधारण चमत्कार. माझ्यासाठी तर हे सर्व इच्छांशी निगडित असते. या जगामध्ये आश्चर्यकारक आणि धन्यवाद देण्यासारख्या अनेक गोष्टी आहेत. आपले आयुष्य किती अमूल्य आणि विलक्षण आहे ही वस्तुस्थिती आपण लक्षात घेतली की आपल्या आयुष्यात साधारण गोष्टीचे असाधारण अर्थ समोर येतील.

११५

आंतरिक कामासाठी वेळ ठरवून घ्या

आर्थिक नियोजनाच्या क्षेत्रामध्ये सर्वसामान्यपणे स्वीकारलेला नियम आहे की दुसऱ्यांची बिले भरण्याआधी स्वतःचे बिले चुकती करा, स्वतःला एक उधार देणारा समजा. या आर्थिक विवेकाचा अर्थ हाच की सर्वांची बिले भरल्यानंतर बचत करणार असाल तर तुमच्यासाठी काहीच शिल्लक राहणार नाही. परिणामी, आपण बचत करणे टाळत राहू आणि आपल्या हाती काही राहणार नाही. जर आपण आधी आपली बिले भरली तर आपल्याकडे इतरांची बिले भरण्यासाठी पुरेसे पैसे असतील.

हाच नियम आपण आपल्या आध्यात्मिक अभ्यासातही लागू करू शकता. जर आपण सर्व कामे पूर्ण करण्याचा प्रयत्न करत राहिलात आणि असाच प्रयत्न केला तर की सुरुवात दुसऱ्यांनी करू देत, तर असे होत नाही. मी याची खात्री देऊ शकतो.

माझ्या असे लक्षात आले की प्रत्येक दिवशी थोडे नित्यक्रम सुरू केले की आपोआप सहजपणे वेळ काढता येतो. जसे आपण सकाळी लवकर उठून आपले वाचन, लेखन आणि ध्यानधारणा करण्यासाठी वेळ काढू शकता किंवा आपल्या मर्जीने वेळेचा उपयोग करू शकता. आपण वेळेची निवड कशी करतो, हे आपल्यावर अवलंबून असते. विशेष म्हणजे आपल्याला वेळ काढावा लागणार आहे आणि त्यानुसार मार्गक्रमण करावे लागणार आहे.

माझ्या एक ग्राहक आहेत, जी नियमितपणे बाळाला सांभाळणाऱ्या मदतनीसाला कामावर ठेवते, जेणेकरून ती तिची कामे पूर्ण करू शकते. यामुळे ती पहिल्यापेक्षा अधिक आनंदी राहू लागली. तिने सांगितले की बाळाला सांभाळायला मदतनीस ठेवल्याने ती स्वतःसाठी किती गुणवत्तापूर्ण वेळ काढू शकत होती. आता तर मदतनीसाशिवाय तिच्या आयुष्याची कल्पनाही ती करू शकत नाही. जर आपणही असे काही करू शकत असला तर आपल्याला आवश्यक तो वेळ काढता येऊ शकतो.

११६

प्रत्यक्षात कधीतरी आपल्याला वाईट दिवसांचा सामना करावा लागू शकतो

अलीकडेच मला अशा एका वाईट दिवसाचा सामना करावा लागला, जो मजेदारही होता. असे वाटत होते की सर्व काही चुकीचे घडतेय. खरेतर एका टॉक शो साठी मला दुसऱ्या राज्यात जायचे होते. खरेतर मला मनापासून जायचे नव्हते, कारण मी नुकताच एका दीर्घकालीन दौऱ्यावरून परतलो होतो आणि मला कुटुंबाची आठवण येत होती, थकवाही जाणवत होता. जेट लॅगचा परिणाम असेल आणि खूप कामे शिल्लक राहिली होती. पण प्रकाशकाने सांगितले की एक महत्त्वाचा कार्यक्रम आहे आणि तो गट माझी वाट पाहत होता. त्यासाठीच केवळ मी जायला तयार झालो.

विमानतळावर पोहोचता पोहोचता, मी कधीही पाहिली नाही अशा रहदारीत अडकलो. पंचेचाळीस मिनिटांच्या रस्त्याला मला दोन तास लागले. त्यात माझ्या शर्टावर कॉफी सांडवून मी माझ्या त्रासात अजून भर घातली.

मी जेव्हा विमानतळावर पोहोचलो, तेव्हा विमान उशिराने आले आणि माझी जागा दुसऱ्या कोणालातरी दिली होती. मला दोन लोकांच्या मध्ये बसावे लागले. ही गोष्ट माझ्यासाठी अवघड आहे कारण मी खूप उंच आहे, गर्दीला घाबरतो आणि त्याशिवाय मला प्रवासादरम्यान लिहिण्याची सवय आहे. (मी मियामीवरून सॅन फ्रान्सिस्कोच्या विमानातून उडताना हे लिहीत आहे.) विमानाला उशीर झाला म्हणून शिकागोतले माझे पुढचे विमान चुकले. त्या संध्याकाळी माझ्या शेवटच्या फ्लाइटसाठी तासन्तास वाट पाहावी लागली. जेव्हा मी शिकागो विमानतळावर एक पुस्तक वाचत होतो, तेव्हा एका महिला कोणाच्या तरी सुटकेसला धडकली आणि तिच्या हातातले चिकट पेय माझ्या उघड्या ब्रीफकेसमध्ये सांडले. ती माफी मागत असताना, उरलेले पेय माझ्या पुस्तकावर सांडले. माझ्या बोलण्याच्या नोट्स, पुस्तकाच्या कल्पना, विमानाची तिकिटे, बिले, मुलांचे फोटो आणि इतर गोष्टी खराब झाल्या.

शेवटी जेव्हा मी माझ्या गंतव्यस्थानावर पोहोचलो, तेव्हा मी दमलो होतो पण जागे राहावे लागणार होते. म्हणूनच मी अंघोळ करून सरळ कार्यक्रमस्थळी गेलो. मला हॉटेलच्या लॉबीमध्ये एका ठरावीक वेळी यजमानांना भेटायचे होते

पण ती मंडळी आली नव्हती. मी कन्व्हेन्शन सेंटरला फोन केला तेव्हा कळले की मला यजमानांशिवाय आत प्रवेश देणार नाहीत कारण त्यामागे सुरक्षेची काही कारणे होती. मला पुन्हा सांगितले गेले की नियोजित जागी माझ्या गाडीची वाट पाहायला हवी. आत्तापर्यंत तर आपणही हा अंदाज बांधू शकला असाल की मी त्या कार्यक्रमाला जाऊ शकलो नाही. तिथे दोन हजार लोक जे मला ऐकण्यासाठी जमले होते तिथे वाट पाहत बसले. हा माझ्यासाठी खरोखरच वाईट दिवसांपैकी एक होता.

बऱ्याचदा असे घडते की, यामध्ये कोणाची चूक नसते. याला आपण वाईट दिवस, संवादाचा अभाव किंवा कमनशिबी किंवा आणखी काही नाव देऊ शकतो. आपणा सर्वांना कधी ना कधी वाईट दिवसाचा सामना करावा लागतोच. त्या दिवशी कदाचित माझी वेळ असेल. त्यानंतर दीर्घ काळासाठी मी असा काही अनुभव घेतला नाही. वास्तविक त्या दिवसापर्यंत, असे कधीच झाले नव्हते की मी कोणत्या कार्यक्रमाला वेळेत पोहोचलो नव्हतो. मला वाटते की जे घडायचे होतेच ते घडून गेले होते.

त्या दिवशी आलेल्या इतक्या अडचणींनंतरही मी डोके शांत ठेवले आणि मला कितीतरी आनंदी आणि प्रतिभावान लोकांना भेटण्याची संधी मिळाली. आम्ही त्या कार्यक्रमाऐवजी पुस्तकांवर स्वाक्षरी करण्यासाठी भेट आयोजित केली. अर्थात आम्ही एका वेगळ्याच दिवसाची कल्पना केली होती, मात्र तरीही तो आमच्यासाठी उत्तम दिवस ठरला आणि आम्ही हास्यानंदात आणि मौजमस्तीमध्ये दिवस घालवला. रिचर्ड कार्लसनबाबत एखादी घटना घडली, म्हणून केवळ या कारणाने पृथ्वी स्वतःभोवती फिरायची थांबणार नाही.

इतर अनेक लोकांप्रमाणे आपण या परिस्थितीकडे भयानक आणि निराशेच्या रूपात पाहू शकता किंवा मग आपण ढगाळ आकाशात उगवणाऱ्या पहाटेप्रमाणेही पाहू शकता. आपल्याला येणाऱ्या पहाटेची जाणीवही होत नसेल तर आपण ब्रह्मांडाच्या कामाच्या पद्धतींवर हसत पुढे जाऊ शकतो. माझ्याकडून आपल्याला हीच सूचना आहे की, आपल्यालाही कधीतरी वाईट दिवसाचा सामना करावा लागू शकतो, हे सत्य स्वीकारा. त्यात नवीन काय आहे?

११७

वर्तनाच्या रचना ओळखा

आपण कुठेही काम करत असा किंवा कोणतेही काम करत असा, जर आपल्याला वर्तनाच्या रचना ओळखता येत असतील, तर आपल्यासाठी आयुष्यातला तणाव कमी करणे सोपे जाईल आणि आपण अनावश्यक आणि परस्पर संघर्षांतून आपला बचाव करू शकाल. अशा प्रकारे आपल्या लहानमोठ्या गोष्टी समोर आल्यास आपला दृष्टिकोन कायम राखण्यास मदत मिळेल. जेव्हा आपण आपल्या वर्तणुकीचा ढाचा ओळखायला शिकता, तेव्हा समस्या आपल्या हातातून निसटून जाण्याआधीच त्यांना ओळखणे सोपे जाईल. आपल्याला सुरुवातीपासूनच अडचणींचे मूळ लक्षात येईल आणि येत्या काळात भेडसावू शकणाऱ्या अडचणी रोखू शकाल.

आपल्या बरोबर काम करणाऱ्या लोकांकडे लक्ष देऊन पाहिले तर आपल्या लक्षात येते की लोकांची त्याच ठरावीक पद्धतीने आणि सवयीने प्रतिक्रिया देण्याची प्रवृत्ती असते. दुसऱ्या शब्दांत सांगायचे तर आपण एकसारख्या गोष्टींनी त्रासलेलो असतो, एकसारख्या परिस्थितीने वैतागतो. एकसारख्याच गोष्टींवर चर्चा करतो आणि अनेक पद्धतींनी बचावात्मक वर्तणूक करतो. खरेतर आपल्यापैकी बहुतांश लोकांसाठी, आयुष्यासाठी आपली प्रतिक्रिया आणि विशेषतः तणाव, आधीपासूनच जाणून घेता येऊ शकतो.

११८

आपल्या अपेक्षा कमी ठेवा

एकदा लोकांच्या मोठ्या समूहाबरोबर मी याविषयी बोलत होतो की अचानक खोलीच्या मागच्या बाजूने कोणीतरी हात वर करून म्हणाले, 'आपण कोणत्या प्रकारचे आशावादी आहात, जे आम्हाला आपल्या अपेक्षा कमी करायला हव्या असे म्हणताहेत?' हा एक योग्य प्रश्न होता आणि प्रत्यक्षात आपणही हाच विचार करत असू. वास्तविक या प्रश्नाचे उत्तर थोडे नाजूक आहे कारण एकीकडे आपल्याला खरोखरच खूप अपेक्षा ठेवून आपले काम पूर्ण व्हावेसे वाटते. आपल्याला नक्कीच यश मिळेल आणि आपले अनुभवही सकारात्मकच असतील असे आपण मानू इच्छितो. थोडी मेहनत आणि चांगल्या नशिबाने, अनेक लोकांच्या (शक्यतो सर्वांच्याच) अपेक्षा खऱ्या होतात.

दुसरीकडे आपण आयुष्याकडून जेव्हा खूप अपेक्षा ठेवू लागतो, तेव्हा आपण वास्तव विसरून खूप मोठी मागणी करू लागतो, तेव्हा आपण स्वतःला अनावश्यक दुःख आणि नैराश्याकडे ढकलत असतो. असेही होऊ शकते की आपण ऑफिसमध्ये काही लोकांपासून दूर राहतो, कारण बहुतांश लोक आपल्या अवास्तव अपेक्षांवर विश्वास ठेवत नाहीत. आपली अपेक्षा असते की आयुष्यातल्या सर्व घटना विशिष्ट पद्धतीने घडतील आणि लोक आपल्या नियोजनाप्रमाणे वागतील. बहुतेकदा ते असे वागत नाहीत आणि मग आपण तणावग्रस्त आणि दुःखी होतो.

जर आपल्या अपेक्षा थोड्या कमी केल्या, तर आपले आयुष्य आणि आपले दिवस खूप सोपे होऊ शकतात. आपण आपल्यासाठी एक भावनिक वातावरण तयार करू शकतो, जिथे सर्व काही योग्य पद्धतीने होईल, आपल्याला त्याचा अवाजवी फायदा घेण्यापेक्षा, आनंदमिश्रित आश्चर्य आणि कृतज्ञतेचा अनुभव मिळेल आणि जेव्हा आपल्या अपेक्षा या योजनेनुसार पूर्ण होणार नाहीत, तेव्हा आपल्याला ते हानी पोहोचवणार नाहीत. अपेक्षा कमी केल्याने आपल्याला आपल्या मार्गात येणाऱ्या अडचणी आणि अडथळे यांच्यामुळे उद्वेग वाटणार नाही. तेव्हा नकारात्मक प्रतिक्रिया देण्याऐवजी आपण, 'अच्छा, काही हरकत नाही. मी याकडे लक्ष देईन' असे म्हणू. आपले मन शांत होईल तेव्हा आपल्यासाठी कोणत्याही समस्येवर तोडगा काढणे सोपे होईल.

आयुष्य हे खूप सरळ आणि समस्यांविरहित नाही. लोकांकडून चुका होतात आणि आपल्याला वाईट वेळेला सामोरे जावे लागते. अनेकदा लोक असभ्य आणि असंवेदनशील असतात. कोणतीही नोकरी पूर्णपणे सुरक्षित नसते आणि आपण कितीही पैसा कमावलेला असो, आपल्याला तो पुरा पडत नाही. बऱ्याचदा बाकी गोष्टींचे सोडा, आपल्या फोनला, कॉम्प्युटरलादेखील समस्या येतात. अनेक लोक अपेक्षा म्हणजे श्रेष्ठत्वाचे निकष मानतात. कृपया हे समजून घेण्याचा प्रयत्न करा की, आपण आपल्या अपेक्षा कमी करून, वाईट कामगिरी करून समाधान मिळवा असा सल्ला मी देत नाही आणि आपल्याला असेही सांगत नाही की आपण लोकांना उत्तरदायी ठरवू नये. मी आपल्याला सांगू इच्छितो की, आपल्या मनात वाईट भावना, चुका, विस्मरण आणि त्रासांसाठीही जागा ठेवा. आपल्या समोर येणाऱ्या समस्यांविषयी तक्रार करण्यात वेळ घालवण्यापेक्षा, त्या कशा सोडवता येतील, याविषयी विचार करा. अशा प्रकारे अनेक आव्हानांना संधीमध्ये रूपांतरित होण्यास वेळ लागणार नाही. आपल्यातल्या ऊर्जेचे रूपांतर होईल आणि शेवटी पहिल्यापेक्षा जास्त उत्पादनक्षम म्हणून आपण समोर येऊ.

कोणतीही चूक करू नकाः

आपण कोणतेही काम पूर्ण करण्यास इच्छुक आहात - कठोर परिश्रम, भविष्यातल्या कामाचे नियोजन करणे, आपल्या वाटणीचे काम करणे, सर्जनशील होणे, पूर्ण तयारी करणे, दुसऱ्यांची मदत घेणे आणि संघखेळाडू होणे. मात्र, आपण कितीही प्रयत्न केले तरी आयुष्य नेहमीच नियोजित पद्धतीने चालत नाही. त्यामुळे आवश्यकतेपेक्षा जास्त अपेक्षा करणे सोडून देणे हेच योग्य ठरेल. जे व्हायचे आहे ते घडणारच. मग पाहा, आपले आयुष्य किती सरळ होऊन जाते. तेव्हा आपल्याला निराशेला सामोरे जावे लागणार नाही.

११९

जगा तर असे की आजचा दिवस जणू शेवटचा

आपण कधी मरणार आहोत? पन्नास, वीस, दहा किंवा पाच वर्षांनी की आज? गेल्या वेळी सगळ्यांना विचारले होते पण कोणीही उत्तर दिले नाही. मी बऱ्याचदा विचार करतो की कामावर बातम्या ऐकणारी व्यक्ती अचानक एखाद्या दुर्घटनेत मरण पावते तेव्हा त्याला त्याच्या कुटुंबाला हे सांगायचे लक्षात असेल का की तो त्यांच्यावर किती प्रेम करतो. तो एक चांगले आयुष्य जगू शकला का? त्याने मनःपूत प्रेम केले का? कदाचित एकच गोष्ट निश्चित असेल ती म्हणजे त्याच्याकडे त्याच्या अर्धवट राहिलेल्या कामांची यादी होती.

आपल्यापैकी कोणालाही आपण किती वर्षं जगणार आहोत, हे माहिती नाही हेच सत्य आहे. मात्र आपण सारे असे वागतो की जणू अख्खे आयुष्य जगण्यासाठी पडलेले आहे. आपण काही गोष्टी सातत्याने टाळतो - आपण त्यांच्यावर किती प्रेम करतो हे सांगू शकत नाही, चांगल्या मित्रांना भेटू शकत नाही, आपल्या स्वतःसोबत काही वेळ एकट्याने घालवू शकत नाही, मॅराथॉनमध्ये सहभागी होऊ शकत नाही. मनापासून एखादे पत्र लिहू शकत नाही. मुलीबरोबर मासे पकडायला जाऊ शकत नाही, ध्यानधारणा करू शकत नाही. कोणाच्याही मनातली गोष्ट ऐकू शकत नाही आणि अशी कितीतरी कामे अपूर्ण राहतात. आपल्या कामांना योग्य ठरवण्याची कारणे शोधत राहतो आणि अशा कामांमध्ये वेळ आणि ऊर्जा घालवत राहतो, ज्याची काही गरज नसते. आपल्या मर्यादांवर स्पष्टीकरणे देतो आणि त्याच आपल्या मर्यादा असतात.

पुस्तकाच्या शेवटाकडे येताना मला असे वाटते की तुम्हाला एक सुचवावे की, आपला प्रत्येक दिवस अशा प्रकारे जगा की जणू या पृथ्वीतलावरचा तो आपला शेवटचा दिवस आहे. याचा अर्थ असा निश्चितच नाही की आपल्या जबाबदाऱ्यांपासून अनभिज्ञ असावे, पण स्वतःला आठवण करून द्यायची आहे की आपले आयुष्य फार मौल्यवान आहे. माझा एक मित्र म्हणतो तसे, 'जीवन इतके महत्त्वाचे आहे की ते गांभीर्याने घ्यायला नको'. दहा वर्षांनंतर, त्याचे मत खरे ठरेल. हे पुस्तक आपल्यासाठी आज आणि भविष्यातही उपयोगी पडेल. त्यातल्या मूलभूत गोष्टी विसरू नका आणि 'छोट्या छोट्या गोष्टींचा ताण घेऊ नका.' तुम्हा सर्वांना शुभेच्छा देत मी या पुस्तकाचा शेवट करतो.

सरश्री - अल्प परिचय

स्वीकार मुद्रा

सरश्रींचा आध्यात्मिक शोधाचा प्रवास त्यांच्या बालपणापासूनच सुरू झाला होता. हा शोध सुरू असतानाच त्यांनी अनेक प्रकारच्या पुस्तकांचं अध्ययन केलं. त्याचबरोबर या शोधकाळात त्यांनी अनेक ध्यानपद्धतींचा अभ्यासही केला. त्यांच्यातील या जिज्ञासेने त्यांना अनेक वैचारिक आणि शैक्षणिक संस्थांमध्ये जाण्यासाठी प्रेरित केलं. जीवनाचं रहस्य समजण्यासाठी त्यांनी **प्रदीर्घ काळ मनन करून आपलं शोधकार्य सातत्याने सुरू ठेवलं. या शोधातूनच त्यांना 'आत्मबोध' प्राप्त झाला.** आत्मसाक्षात्कारानंतर त्यांना जाणवलं, की **अध्यात्माचा प्रत्येक मार्ग ज्या शृंखलेने जोडलेला आहे, तो म्हणजे 'समज' (Understanding).**

आत्मबोधप्राप्तीनंतर त्यांनी अध्यापनाचं कार्य थांबवलं आणि जवळ जवळ दोन दशकांहूनही अधिक काळ आपलं समस्त जीवन मानवजातीच्या कल्याणासाठी आणि आध्यात्मिक विकासासाठी अर्पण केलं.

सरश्री म्हणतात, ''सत्यप्राप्तीच्या सर्व मार्गांचा प्रारंभ जरी वेगवेगळ्या मार्गांनी होत असला, तरी सर्वांचा अंत मात्र एकच समज प्राप्त केल्याने होतो. ही **'समज'च सर्व काही असून ती स्वतःमध्ये परिपूर्ण आहे.** आध्यात्मिक ज्ञानप्राप्तीसाठी या 'समजे'चं श्रवणच पुरेसं आहे.'' ही समज प्रकाशमान करण्यासाठी आजपर्यंत त्यांनी आध्यात्मिक विषयांवर **चार हजारांहून अधिक प्रवचनं दिली आहेत.** या प्रवचनांद्वारे ते अध्यात्मातील अतिशय गहन संकल्पना सहज, सुलभ आणि व्यावहारिक भाषेत समजावून सांगतात. समाजातील प्रत्येक स्तरावरील मनुष्य सरश्रींद्वारे सांगितल्या जाणाऱ्या या समजेचा लाभ घेऊ शकतो. त्यासाठी कोणत्याही धर्म, जात, उपजात, वर्ण, पंथ वा लिंग यांचं बंधन नसतं. विश्वाच्या प्रत्येक कानाकोपऱ्यांतील लोक आज 'तेजज्ञान'च्या अनोख्या ज्ञानप्रणालीचा लाभ घेत आहेत. याच व्यवस्थेचा आणखी एक महत्त्वपूर्ण भाग म्हणजे, **दररोज सकाळी आणि रात्री ९ वाजून ९ मिनिटांनी लाखो लोक विश्वशांतीसाठी प्रार्थना करत आहेत.**

सरश्री – अल्प परिचय

सरश्री तेजज्ञान यूट्यूब चैनल

तेजज्ञान फाउंडेशन - परिचय

तेजज्ञान फाउंडेशन आत्मविकासातून आत्मसाक्षात्कार प्राप्त करण्याचा एक मार्ग आहे. यासाठी सरश्रींद्वारा एक अनोखी बोधप्रणाली (System for Wisdom) निर्माण झाली आहे. या प्रणालीला आंतरराष्ट्रीय प्रमाणपत्राद्वारे ISO 9001:2015च्या आवश्यकतेनुसार आणि निकष पडताळून सरळ, व्यावहारिक आणि प्रभावी बनवलं गेलं आहे. या संस्थेच्या प्रबोधनपद्धतीच्या भिन्न पैलूंना (शिक्षण, निरीक्षण आणि गुणवत्ता) स्वतंत्र गुणवत्ता परीक्षकांद्वारे (Quality Auditors) क्रमबद्ध पद्धतीने पडताळलं गेलं. त्यानंतर या पैलूंना ISO 9001:2015 साठी पात्र समजून या बोधपद्धतीला हे प्रमाणपत्र प्रदान करण्यात आलं. या फाउंडेशनचे लक्ष्य आहे नकारात्मक विचारांकडून सकारात्मक विचारांकडे वाटचाल.

तेजज्ञान फाउंडेशन
परिचय

हॅपी थॉट्स तेजज्ञान
यूट्यूब चैनल

महाआसमानी - अल्प परिचय

Self Delelopment to Self Realization Towords Self Stabilizaion

तुम्हाला सर्वोच्च आनंद हवाय? असा आनंद, जो कोणत्याही बाह्य कारणावर अवलंबून नाही... जो प्रत्येक क्षणी वृद्धिंगत होतो. या जीवनात तुम्हाला प्रेम, विश्वास, शांती, समृद्धी आणि परमसंतुष्टी हवी आहे का? शारीरिक, मानसिक, सामाजिक, आर्थिक आणि आध्यात्मिक अशा आयुष्याच्या सर्व स्तरांवर यशस्वी होण्याची तुमची इच्छा आहे का? 'मी कोण आहे' हे तुम्हाला अनुभवाने जाणावंसं वाटतं का? तुमच्या अंतर्यामी अशा सर्व प्रश्नांची उत्तरं जाणण्याची इच्छा आणि 'अंतिम सत्य' प्राप्त करण्याची तृष्णा असेल, तर तेजज्ञान फाउंडेशनतर्फे आयोजित 'महाआसमानी शिबिरा'त तुमचं स्वागत आहे. हे शिबिर सरश्रींच्या मार्गदर्शनावर आधारित आहे.

महाआसमानी
अल्प परिचय

हॅपी थॉट्स सरश्री
(इंग्लिश) यूट्यूब चैनल

तेजज्ञान फाउंडेशनच्या सोशल मिडिया ॲक्टिव्हिटीज

तेजज्ञान इंटरनेट रेडियो

तेजज्ञान इंटरनेट रेडिओद्वारे २४ तास ३६५ दिवस, सरश्रींच्या प्रवचन आणि भजनांचा लाभ घ्या. त्यासाठी पाहा लिंक

http://www.tejgyan.org internetradio.aspx

Tejgyan Internet Radio on all platforms like Android, iPhone, iPad and Amazon

---

यू ट्यूबद्वारे प्रार्थनेमध्ये सहभागी होऊ शकता.

गुड मॉर्निंग प्रेयर दररोज़ सकाळी 6.15am-6.25am

ध्यान प्रार्थना बीज :
3.30pm-3.45pm & 9pm -9.15pm

शिबिर – Train & Boost Your Immunity

उत्तम असेल आपली रोगप्रतिकारशक्ती,
तरच होईल आपली स्वास्थ्याशी युक्ती

शिबिर – श्राद्ध और पितृदोष युक्ति

पूर्वजांसाठी मुक्ती प्रार्थना कशी करावी

Liberation from Ancestral Karmic Bondage

शिबिर – हॅपीवाले रिश्ते

जीवित रिश्तों का लक्ष्य

– जितृ पक्ष

यूट्युबच्या साहाय्यानेदेखील सरश्रींच्या प्रवचनांचा लाभ घेऊ शकता.

आजच यूट्युब चॅनलला सबस्क्राइब करा.

YouTube channels

Happy Thoughts - Tejgyan
Sirshree - Tejgyan
Happy Thoughts - Parma Gyan

*****Voice of Happy Thoughts App**

Registration link : https://happythoughts.co/
Contact No. : 7447797317

• Follow Us •

www.ingramcontent.com/pod-product-compliance
Lightning Source LLC
LaVergne TN
LVHW040430051026
849517LV00002B/542